രജികുമാർ പുലാക്കാട്

പൊന്നാനി താലൂക്ക് ആലങ്കോടിലെ ഉദിനുപറമ്പിൽ ജനനം. അമ്മ: അമ്മുഅമ്മ. അച്ഛൻ: ബാലൻ നായർ. ഉദ്യോഗസംബന്ധമായി ആന്ധ്രപ്രദേശിൽ സ്ഥിരതാമസം. 'കവർട്ട്' എന്ന നോവൽ പ്രസിദ്ധീകരിച്ചിട്ടുണ്ട്.

ഭാര്യ : ദീപ

മക്കൾ : അക്ഷര, അദ്വൈത്

വിലാസം : പുലാക്കാട്ട് ഹൗസ്, ആലങ്കോട് പി.ഒ.,
എടപ്പാൾ വഴി, മലപ്പുറം- 679 585

Cell : 09989624310
Email : pyarkee@gmail.com

Malayalam Language
Rathrivandikal
(Stories)
by
Rajikumar Pulakkad
♦
Published in November 2022
by Kairali Books Private Limited
Thalikkavu Road, Kannur.
Ph : 0497-2761200
E-Mail : Kairalibooksknr@gmail.com
♦
Cover Design :
Prasanth Mangad

80/22-23/Sl.No.1388/200/NS 18.6
ISBN 978-93-94472-40-2

രാത്രിവണ്ടികൾ

രജികുമാർ പുലാക്കാട്

കൈരളി ബുക്സ്

സമർപ്പണം :
ഞങ്ങളുടെ ജ്യോതിസ്വരൂപിന്...

ഉള്ളടക്കം

ആമുഖം

പണ്ട്, മൊബൈൽ ഫോണുകൾ രാജ്യം ഭരിക്കാൻ തുടങ്ങുന്നതിനും വളരെപ്പണ്ട്, ഒരു കൗമാരക്കാരൻ മലപ്പുറത്തിന്റെ ഇങ്ങേയറ്റത്തെ, തൃശൂരിനോടും പാലക്കാടിനോടും അതിർത്തി പങ്കിടുന്ന ആലങ്കോട് ഉദിനൂപറമ്പ് എന്ന വളരെച്ചെറിയ ഗ്രാമത്തിൽനിന്ന് ആന്ധ്രാപ്രദേശിലെ അനന്തപുരത്തേക്ക് കുറ്റിപ്പുറത്തുനിന്ന് വണ്ടികയറുന്നു. നേത്രാവതി എക്സ്പ്രസിന്റെ (കൊങ്കൺ റെയിൽവേ വരുന്നതിനുമുമ്പ്) ജനറൽ കമ്പാർട്ട്മെന്റിൽ അച്ഛന്റെ കൂടെ അനിഷ്ടത്തോടെ തന്റെ ആദ്യ തീവണ്ടി യാത്ര നടത്തുന്ന അവന്റെ തുണിസഞ്ചിയിൽ അവൻ പോലുമറിയാതെ അവന്റെ ഗ്രാമവും കൂടെപ്പോയി.

കൂട്ടുകാരില്ലാത്ത, ഭാഷയറിയാത്ത പിന്നീടുള്ള അവന്റെ ഏകാന്ത സായന്തനങ്ങളിൽ അവന്റെ ഗ്രാമം അവനെ ആശ്വസിപ്പിച്ചു. ഗ്രാമത്തെ സജീവമാക്കിയിരുന്ന ജീവിച്ചിരിക്കുന്നവരും മരിച്ചവരുമായ ഉദിനൂപറമ്പുകാർ അവന്റെ മേശയ്ക്കുചുറ്റും അണിനിരന്നു. കുപ്പായമിടാതെ ചെതുമ്പലു പിടിച്ച തന്റെ ശരീരം പുറത്തു കാട്ടി കൂനിക്കൂടി നടന്നിരുന്ന പാറുത്തള്ള, എപ്പോഴും കോടാലി പിന്നിൽ തൂക്കിയിട്ട് മുറുക്കിച്ചുവപ്പിച്ചു നടക്കുന്ന വെട്ടുകാരൻ കോർമേട്ടൻ, തമാശകളും പൊട്ടിച്ചിരികളും കൊണ്ട് തന്റെ മുഖത്തെ വലിയ മീശയുടെ രൗദ്രത്തെ മറച്ചുവെച്ച ശുദ്ധനായ മീശമോമ്മതിക്ക, നാടിന്റെ പെരുന്തച്ചനായ ആശാരി കറപ്പൻ, ഒരുപാട് കഥകൾ ഉള്ളിലൊളിപ്പിച്ച് താനൊന്നുമറിഞ്ഞില്ലേയെന്ന് ഉച്ചയുറങ്ങുന്ന ചിറക്കലെ കുളം, പുറംനാട്ടിൽ നിന്ന് കളിക്കാരെ ഇറക്കി കപ്പുകൾ നേടിയിരുന്ന സൂര്യാ ഉദിനൂപറമ്പ് അങ്ങനെയങ്ങനെ...

ഇന്നും എന്റെ ഭാഷയും ഭാവുകത്വവും തന്റെ തുണിസഞ്ചിയുമായി അനന്തപുരത്തേക്കു വണ്ടികയറിയ ആ കൗമാരക്കാരന്റേതാണ്. തീർച്ചയായും അതൊരു പോരായ്മയാണ്. പക്ഷേ, നീയല്ലാതെ ഇനി ഞങ്ങളെയാരു രേഖപ്പെടുത്തും എന്ന് ചോദിച്ച് ഉദിനൂപറമ്പിന്റെ ഉടയവർ എന്നിൽ തിക്കിത്തിരക്കുമ്പോൾ കാലത്തിനൊപ്പം അപ്ഡേറ്റാകാനാകാതെ ഞാൻ കുഴയുന്നു.

ഇന്നും നാട്ടിൽപോകുമ്പോൾ ഞാൻ മരിച്ചവരും അല്ലാത്തവരുമായ എല്ലാവരെയും തിരയും. പക്ഷേ, ഉദിനൂപറമ്പ് മറ്റേതൊരു ഗ്രാമത്തെയും

പോലെ വല്ലാതെ മാറിയിരിക്കുന്നു. പഴയമുഖങ്ങൾ തീരെ കുറഞ്ഞിരിക്കുന്നു. എങ്കിലും ഇന്നും വല്ലതും എഴുതാൻ തുടങ്ങുമ്പോൾ അവരെന്റെ മുന്നിലേക്ക് നിരയായി കടന്നുവരുന്നു. ഒരുപക്ഷേ, എന്റെ മുന്നിലേക്കു മാത്രം.

ഈ കഥാപുസ്തകം പുറത്തിറങ്ങുമ്പോൾ ഒരുപാട് പേരോട് നന്ദി പറയാനുണ്ട്. എന്റെ ഗോത്രലിപികളെ നല്ല മലയാളത്തിലേക്ക് പകർത്തിയ ഭാര്യക്ക്, ഡിടിപി ഭംഗിയായി ചെയ്തുതന്ന ചിത്രകാരൻകൂടിയായ മോഹനേട്ടന്, കഥകളെഴുതാൻ പ്രോത്സാഹിപ്പിച്ച ഇളയിടത്ത് വേണുഗോപാൽ സാർ, സെബാസ്റ്റ്യൻ വലിയകാല സാർ, നക്ഷത്രരാജ്യം രാധാകൃഷ്ണേട്ടൻ എന്നിവർക്ക്, പിന്നെ പുസ്തകം പ്രസിദ്ധീകരണത്തിന് അനുഗ്രഹിച്ച കൈരളി ബുക്സിന്റെ അശോക്കുമാർ സാർ, സുകുമാരൻ പെരിയച്ചൂർ സാർ തുടങ്ങിയവർക്ക് എന്റെ അഗാധമായ സ്നേഹവും നന്ദിയും രേഖപ്പെടുത്തുന്നു. എല്ലാറ്റിനുമുപരി, ഒരിക്കലും തീരാത്ത കഥകൾകൊണ്ട് എന്നെ ഇന്നും വിസ്മയിപ്പിച്ചുകൊണ്ടിരിക്കുന്ന ഉദിനൂപറമ്പിലെ മൺമറഞ്ഞവരും ജീവിച്ചിരിക്കുന്നവരുമായ എല്ലാവരോടുമുള്ള സ്നേഹവും കടപ്പാടും എന്റെ ഹൃദയത്തിൽ കൊത്തിവെക്കുന്നു.

രജികുമാർ പുലാക്കാട്

ഗെയിംപ്ലാൻ

മഹാനഗരത്തിൽ നിന്ന് നൂറ്റമ്പതു കിലോമീറ്റർ ദൂരെ, നാഷനൽ ഹൈവേയോടു ചേർന്നുകിടന്ന പുരാതനമായ ദുർഗ്ഗാക്ഷേത്രമുറ്റത്ത് ഒമ്പതാമത്തെ ലോറിയും കിതച്ചു നിന്നു.

"എല്ലാവരും ഇറങ്ങണം."

നാലഞ്ചുമണിക്കൂറുകൾ നല്ല ഒന്നാംതരം വെയിൽയാത്ര ചെയ്ത് കത്തിക്കരിവാളിച്ച ലോറിയാത്രക്കാരോട് ഗൂർഖയെപ്പോലെ യൂണിഫോം ധരിച്ച ചെറുപ്പക്കാരൻ വിസിലൂതിക്കൊണ്ട് ആജ്ഞാപിച്ചു. ലോറിയിൽ നിന്നിറങ്ങിയ മുപ്പത്തിയേഴ് യാത്രക്കാർക്കും അയാളും സഹായിയും ഓരോ പൊതി ചെറുനാരങ്ങച്ചോറു കൊടുത്തു.

"ഇതും തിന്ന് സൗകര്യം പോലെ എല്ലാവരും പൊയ്ക്കൊള്ളണം. അടുത്തുതന്നെ ധാരാളം ചെറിയ ചെറിയ പട്ടണങ്ങളുണ്ട്. പോക്രിത്തരം കാട്ടാതെ മര്യാദക്കു നടന്നാൽ കക്കാതെത്തന്നെ ജീവിച്ചു പോകാം. നഗരത്തിലേക്കു മാത്രം ആരും തിരിച്ചു വരരുത്. സർക്കാർ പറഞ്ഞാൽ പറഞ്ഞതാണ്. തിരിച്ചു വന്നാൽ ഇനി ജയിലായിരിക്കും. പറഞ്ഞില്ലെന്നു വേണ്ട."

യാത്രയുടെ വളിച്ച ഉഷ്ണഗന്ധം യാത്രികരിലുപേക്ഷിച്ച് ലോറി, വന്നവഴിക്ക് മഹാനഗരത്തിലേക്കു തന്നെ തിരിച്ചു പോയി. ഇനിയുമെത്രയോ ദുർഗന്ധങ്ങളെ വഹിക്കാനുള്ളതാണ്.

മഹാനഗരത്തിൽ നിന്ന് യാചകരെയും ചെറുകിട കള്ളൻമാരെയും പോക്കറ്റടിക്കാരെയും അലഞ്ഞു നടക്കുന്ന അല്ലറ ചില്ലറ മറ്റലവലാതികളെയും വഹിച്ചു കൊണ്ടുള്ള ഒമ്പതാമത്തെ ലോറിയായിരുന്നു അത്. നഗരത്തിൽ അടുത്തു തന്നെ നടക്കാൻ പോകുന്ന, ലോകത്തെ ഒട്ടുമിക്ക രാജ്യങ്ങളിൽ നിന്നും കായികതാരങ്ങൾ പങ്കെടുക്കുന്ന, വിശിഷ്ടാതിഥികളായി ബ്രിട്ടീഷ് യുവരാജാവും പത്നി യുവറാണിയും പങ്കെടുക്കുന്ന കായിക മഹോത്സവത്തിനായുള്ള നഗര സജ്ജീകരണത്തിന്റെ ഭാഗമായ 'ക്ലീൻ ആൻഡ് ഗ്രീൻസിറ്റി' യുടെ ഒരു ഭാഗമായിരുന്നു ഈ കുടിയൊഴിപ്പിക്കലും. 'യാചകരഹിത നഗരം' ഇനി ലോകശ്രദ്ധയാകർഷിക്കാൻ പോകുകയാണ്. ഈ ആതിഥ്യ മര്യാദകളിലൂടെയും ഉദാരസ

ത്കാരസൗന്ദര്യ പ്രകടനങ്ങളിലൂടെയും വേണം നഗരത്തിന്റെ, അതിലൂടെ രാജ്യത്തിന്റെ മഹത്തായ സംസ്ക്കാരം അതിർത്തികൾ കടന്ന് രാജ്യരാജ്യങ്ങളിൽ എത്തിപ്പെടാൻ. ഭാഷ ഭാഷകളിൽ വാഴ്ത്തപ്പെടാൻ. കായികം ഇന്ന് വെറും വിനോദത്തിനുപരി മറ്റു പലതുമാണ്. കേളീമൈതാനങ്ങളിലൂടെ നാം ലോകത്തിനു മുമ്പിൽ നമ്മുടെ നയതന്ത്ര ചാരുത അവതരിപ്പിക്കുന്ന രീതി രാഷ്ട്രതന്ത്ര വിദ്യാർത്ഥികൾക്ക് പഠനവിഷയമാകാനിരിക്കുന്നതേയുള്ളൂ. നമ്മുടെ രാജ്യവും മറ്റൊരു ലോകമഹാശക്തിയാണെന്ന് തെളിയിക്കാൻ ദൈവം കനിഞ്ഞു നൽകിയ ഈ മഹത്തായ അവസരം നാം ഒരിക്കലും പാഴാക്കിക്കൂടാ. കൂടുതൽ വേഗത്തിൽ.... കൂടുതൽ ശക്തിയിൽ... കൂടുതൽ ഉയരത്തിൽ... സെക്കന്റിന്റെ നൂറിലൊരംശ വ്യത്യാസത്തിൽ ഈ പ്രപഞ്ച ജാതകമേ മാറി മറയാം.

പേരിൽ മാത്രം ധർമ്മമുള്ള ഈ (അ) ധർമ്മക്കാരാണ് നഗരത്തിലെ മിക്കവാറും കൊള്ള, കളവ്, പിടിച്ചുപറി, വ്യഭിചാരം തുടങ്ങിയ സുകുമാരകലകൾക്ക് കാരണഭൂതർ എന്ന് ഇന്റലിജൻസ് റിപ്പോർട്ടുകൾ അടിവരയിട്ട കാര്യമാണ്. എന്നാൽ അവരെ ഇല്ലായ്മ ചെയ്യുക അത്ര സുഗമമായ കാര്യമൊട്ടല്ലതാനും. ലോകത്തെ ഏറ്റവും വലിയ മതേതര ജനാധിപത്യ റിപ്പബ്ലിക്കാണു നാം. മനുഷ്യാവകാശങ്ങൾ നമുക്ക് പ്രാണവായു പോലെയാണ്. ഉറുമ്പിൻ കൂട്ടങ്ങൾ പോലെ ഇവറ്റകൾ സമീപ ഗ്രാമങ്ങളിൽ നിന്നും നഗരത്തെ വലയം ചെയ്ത് ശ്വാസം മുട്ടിച്ചുകൊണ്ടേയിരിക്കും. (മാവോ ക്ഷമിക്കട്ടെ) സ്പോർട്സ് മന്ത്രിയും ചീഫ് സെക്രട്ടറിയും നഗരമേയറും മറ്റുന്നത ഉദ്യോഗസ്ഥരുമടങ്ങുന്ന കായികമാമാങ്ക നടത്തിപ്പു കമ്മിറ്റിയുടെ പ്രധാന നിർദ്ദേശങ്ങളിലൊന്ന് യാചകരെ നഗരത്തിൽ നിന്ന് ഒഴിപ്പിക്കുക എന്നതായിരുന്നു. നഗരത്തിന്റെ വൃത്തികെട്ട ചതുപ്പുകളിലും ചേരികളിലും ഫ്ളൈഓവറുകൾക്കു താഴെയുമായി ഈച്ചകളെപ്പോലെ കൂട്ടം കൂട്ടമായി തിങ്ങിപ്പാർക്കുന്ന അസംഘടിതരായ യാചകരെയും മറ്റ് അല്ലറ ചില്ലറ തെരുവു മനുഷ്യരെയും യുദ്ധകാലാടിസ്ഥാനത്തിൽ പുറത്താക്കുകയാണ്. ഓപ്പറേഷൻ ബെഗർസ്റ്റാർ!!

“ഗാന്ധിയപ്പൂപ്പാ, ഗാന്ധിയപ്പൂപ്പാ...”

മണ്ണെണ്ണയുടെയും ടർപെന്റയിന്റെയും കുത്തുന്ന നാറ്റമുള്ള തോൾസഞ്ചിയിൽ തല ചായ്ച്, വാടിയ ചേമ്പിൻ തണ്ടുപോലെ മയങ്ങുന്ന വൃദ്ധനെ കുട്ടി തോണ്ടി വിളിച്ചു. വൃദ്ധൻ പങ്കപ്പാടോടെ കണ്ണു തുറന്നു. സൂര്യൻ തീവ്രത കുറഞ്ഞ് പടിഞ്ഞാട്ട് കുറെക്കൂടി നീങ്ങിയിരിക്കുന്നു.

“അപ്പൂപ്പാ, എല്ലാരും പോയിരിക്കുന്നു.”

വള്ളിട്രൗസറും നാലാൾക്കു പാകത്തിലുള്ള പഴകിപ്പിഞ്ഞിയ വലി

യ കള്ളിക്കുപ്പായവുമിട്ട്, എപ്പോഴും ഓരോ കുസൃതികളൊപ്പിക്കുന്ന അവൻ ആകെ പരിഭ്രാന്തനാണ്. വൃദ്ധൻ അവന്റെ തല പതുക്കെ തലോടി. സത്യത്തിൽ അവനേക്കാൾ വ്യാകുലനായ തനിക്കെങ്ങനെ എല്ലാം മറന്ന് മയങ്ങാൻ കഴിഞ്ഞുവെന്ന് വൃദ്ധൻ അത്ഭുതപ്പെട്ടു. ആവശ്യമില്ലാത്തപ്പോൾ ഉറക്കവും ആവശ്യമുള്ളപ്പോൾ ഉറക്കക്കുറവും വാർദ്ധക്യത്തിന്റെ പല തമാശകളിലൊന്നായിരിക്കാം. ഇത് യാത്രാക്ഷീണം തന്നെയാണ്. തിക്കിനും തിരക്കിനുമിടയിൽ നിന്നും ഇരുന്നും കഞ്ചാവിന്റെയും ബീഡിയുടെയും പുകയും ഉഷ്ണത്തിന്റെയും പാൻ മസാലയുടെയും ദുർഗന്ധവും സഹിച്ച് ഓക്കാനത്തെ അടക്കിപ്പിടിച്ച് നാലു നാലര മണിക്കൂറുകൾ. മുകളിൽ കുത്തിത്തുളക്കുന്ന സൂര്യനും താഴെ കാർന്നു തിന്നുന്ന യന്ത്രവും. ഇടയിൽ പുകഞ്ഞു വേവുന്ന മനസ്സുകളും ശരീരങ്ങളും. കായ പഴുക്കാൻ പുകയിട്ടതു പോലെ. ജീവിതത്തിലെ ഒരിക്കലും തീരില്ലെന്നു കരുതിയ മഹാനഗരത്തിൽ നിന്ന് മഹാനരകങ്ങളിലേക്കുള്ള യാത്ര.

വൃദ്ധൻ സഞ്ചിയിൽ നിന്ന് മണ്ണെണ്ണ ചൊയയ്ക്കുന്ന ഒരു ബണ്ണെടുത്ത് ചെക്കനു നീട്ടി. തോർത്തുകൊണ്ട് പൊതിഞ്ഞു കെട്ടിയ വെള്ളക്കുപ്പിയിൽ നിന്ന് ഒരിറക്കു വെള്ളം കുടിച്ചു. വെള്ളത്തിനു നല്ല ചൂടുണ്ട്. ദാഹം മാറണമെങ്കിൽ ഇത്തിരി നനവ് ചങ്കിൽത്തട്ടണം. നനച്ചു കെട്ടിയ തോർത്ത് ഉണങ്ങി കൊണ്ടാട്ടമായിരിക്കുന്നു. അയാൾ അരക്കെട്ടിലെ അളുക്കിൽ നിന്ന് പൊടിയെടുത്ത് വിസ്തരിച്ച് മൂക്കിൽ കയറ്റി.

നഗരത്തിലേക്ക് ഇഴഞ്ഞിഴഞ്ഞുപോകുന്ന കപ്പൽ പോലത്തെ ഒരു ചരക്കു ലോറിയിൽ നിന്ന് ചാടിയിറങ്ങിയ ക്ലീനർ റോഡരുകിൽ കുങ്കുമം പൊതിഞ്ഞ ചെറുനാരങ്ങ കുത്തിനിർത്തിയ ത്രിശൂലത്തിനടുത്ത് ഒറ്റക്കാലിൽ നിർമ്മിച്ച തുരുമ്പിച്ച ഭണ്ഡാരപ്പെട്ടിയിലേക്ക് ചില്ലറയിട്ട്, അമ്പലത്തിലേക്ക് നോക്കി കൈകൊണ്ട് ചുണ്ടും നെഞ്ചും തൊടുവിച്ച് വീണ്ടും ലോറിയിലേക്ക് വലിഞ്ഞു കയറി. ലോറിയുടെ ആയാസവും ആമപ്പോക്കും കണ്ടാൽ ഏതോ യുഗത്തിൽ നിന്ന് മറ്റേതോ യുഗത്തിലേക്കുള്ള അനന്തമായ യാത്രയാണെന്നേ തോന്നൂ. നിത്യപൂജയുടെ ദുശ്ശാഠ്യങ്ങളൊന്നുമില്ലാത്ത രൗദ്രരൂപിണി ലോറി ഡ്രൈവർമാരുടെയും ക്ലീനർമാരുടെയും ചെറിയ പാരിതോഷികങ്ങളിൽ സംപ്രീതയാവുന്നു. അപകടരഹിതമായി ലക്ഷ്യമണയാൻ അനുഗ്രഹിക്കുന്നു.

വൃദ്ധൻ കാലുനീട്ടി വേപ്പുമരത്തിൽ ചാഞ്ഞിരുന്ന് അമ്പലവും പരിസരവും വിലയിരുത്തി. പിന്നിലെ വിശാലമായ തരിശുകൾക്കൊടുവിൽ

നിറം മങ്ങിയ മലയോരങ്ങളിലായി ചെറിയ വല്ല ഗ്രാമവുമുണ്ടായിരിക്കാം. ചൊവ്വ, വെള്ളി ദിവസങ്ങളിൽ അമ്പലത്തിൽ വിളക്കുവെക്കാൻ ഒരു പക്ഷേ, അവിടെയൊരു പൂജാരിയും.

വൃദ്ധനെയും കുട്ടിയെയും കൂടാതെ അവിടെ മറ്റൊരാൾ മാത്രമേ ഉണ്ടായിരുന്നുള്ളൂ. അവരുടെ ചെയ്തികളിലേക്ക് കുസൃതിയോടെ ശ്രദ്ധിച്ചിരുന്ന, കണ്ടാൽ മാന്യനെന്നു തോന്നിക്കുന്ന അയാളോട് വൃദ്ധൻ സമയം ചോദിച്ചു. നാലരയായിരിക്കുന്നു! ഇനിയും ഇവിടിരുന്നിട്ടു കാര്യമില്ല. രാത്രിയോടെ അടുത്തുള്ള ഏതെങ്കിലും പട്ടണത്തിലെത്തണം. കുട്ടിയുടെ കൈ പിടിച്ച് വൃദ്ധൻ എണീറ്റു. സഞ്ചി തോളിലിട്ടു. വടിയെടുത്തു. അവൻ തുണിക്കെട്ടെടുത്ത് തലയിൽ വെച്ചു. യാത്രക്കൊരുങ്ങി. പിന്നെ തങ്ങളിൽ കുതുകിയായിരുന്ന സഹയാത്രികനോട് വൃദ്ധൻ ചോദിച്ചു. “നിങ്ങൾ വരുന്നില്ലേ?” ഉണ്ടെന്നും ഇല്ലെന്നും പറയാതെ അയാളും എണീറ്റ് തന്റെ കൗബോയ് തൊപ്പി തലയിൽ വെച്ച് സഞ്ചിയെടുത്തു. നീണ്ടു കിടന്ന ദേശീയപാതയുടെ ടാറിടാത്ത ഓരത്തു കൂടെ മൂവരും പുതിയ ഭൂഖണ്ഡങ്ങളിലേക്കുള്ള തങ്ങളുടെ യാത്ര തുടങ്ങി.

“ഒരു രണ്ടുമണിക്കൂറോളം നടന്നാൽ അടുത്തൊരു പട്ടണമുണ്ട്. ചിലപ്പോൾ വല്ല ലോറിയും കിട്ടും.” സഹയാത്രികൻ പറഞ്ഞു. വൃദ്ധൻ ഒരു മുടന്തൻ ചിരി വരുത്തി. “ഒരു ലോറിയാത്രസഹിച്ചതല്ലേ, ഇനി നമുക്കൽപം നടക്കാം.”

ഒരു മഹായാത്ര കഴിഞ്ഞതേയുള്ളൂ. അതിനുതൊട്ട് മറ്റൊന്ന്. നഗരത്തിൽ സ്വന്തമായി ഒന്നുമില്ലായിരുന്നെങ്കിലും ഫ്ളൈഓവറിനു താഴെ കൂറ്റൻ സിമന്റുപില്ലറിനു ചുവട്ടിലെ സ്ഥിരം സ്ഥാനം വിട്ടൊഴിയുമ്പോൾ കുട്ടിയുടെ കൈ പിടിച്ച് തിരിഞ്ഞു നോക്കി വൃദ്ധൻ കരയുകയായിരുന്നു. ആ തണുത്ത സുരക്ഷിതത്വത്തിലേക്ക് ഇനിയൊരു തിരിച്ചു വരവുണ്ടാകുമെന്ന് തോന്നുന്നില്ല. ആഫീസർമാർ പുല്ലും പുലയാട്ടും പറഞ്ഞ് തിരക്കു കൂട്ടി. അവരെ പറഞ്ഞിട്ടും കാര്യമില്ല. അവരുടെ മേലെയുള്ളവർ അവരെയും തിരക്കുകൂട്ടിയിട്ടുണ്ടാവും. ഏറ്റവും മേലുള്ളവൻ തിരക്കുകൂട്ടുമ്പോൾ എല്ലാ ഇടങ്ങളും വിട്ടു പോവേണ്ടിവരും. എടുക്കാൻ ഓർമ്മകളുടെ ഭാരം പോലുമില്ലാത്ത തങ്ങൾക്കെന്തൊരുങ്ങാൻ. ഭാണ്ഡവും വടിയുമെടുത്ത് കുട്ടിയുടെ കയ്യും പിടിച്ച് വൃദ്ധൻ ലോറിയിൽ കയറി.

“നിങ്ങളെങ്ങനെ ഈ നരകത്തിലെത്തി? കണ്ടാൽ ഞങ്ങളെപ്പോലെയാണെന്ന് തോന്നുന്നുമില്ല.” സംസാരമദ്ധ്യേ വൃദ്ധൻ സഹയാത്രികനോടു ചോദിച്ചു.

"ഞാൻ ഭ്രാന്തനാണ്." ഒരു ഫലിതം പറഞ്ഞതുപോലെ അയാൾ ഉറക്കെ സ്വയം ആസ്വദിച്ചു ചിരിച്ചു. പിന്നെ പറഞ്ഞു. "എനിക്കിത് സ്വർഗ്ഗമാണ്."

വൃദ്ധനും യാത്രയുടെ കനം മറന്ന് ചിരിച്ചു. "സ്വയം അതംഗീകരിക്കുന്ന ആദ്യത്തെ ഭ്രാന്തൻ താങ്കളായിരിക്കും. ഒരാൾ ഭ്രാന്തനാണോ അല്ലയോ എന്നു നിശ്ചയിക്കുന്നത് മറ്റുള്ളവരല്ലേ."

"മറ്റു വഴികളൊന്നും തെളിയാതിരുന്നതിനാൽ എന്റെ കാര്യം ഞാൻ സ്വയം നിശ്ചയിച്ചു. നിയന്ത്രണങ്ങളുടെയും വിധേയത്വങ്ങളുടെയും ഭാരമില്ലാതെ, നിയമരഹിതനായി, ഭ്രാന്തു പിടിച്ച സമൂഹത്തിനു മുകളിൽ ഓർമ്മകളുടെ നൂലുപൊട്ടിച്ച് ഒരപ്പൂപ്പൻ താടിപോലെ പാറിനടക്കാൻ ഇതിലും വലിയൊരു മാർഗ്ഗം എനിക്കു തെളിഞ്ഞില്ല."

മഹാനഗരത്തിൽ നിന്ന് പുറന്തള്ളപ്പെട്ടതിന്റെ വേദന ഇപ്പോൾ അത്രക്കു തോന്നുന്നില്ല. തരിശുകളിലൂടെ സൗമ്യമായി കടന്നുപോകുന്ന വീതിയേറിയ ദേശീയപാതക്കിരുവശങ്ങളിലും പല നിറങ്ങളിലുള്ള ഇലഞ്ഞികൾ പൂത്തു നിൽക്കുന്നു. ഇടക്കിടക്ക് പന്തലിച്ചു നിൽക്കുന്ന അന്തർമുഖരായ വയസ്സൻ പുളിമരങ്ങളും ഒറ്റപ്പെട്ട വേപ്പുമരങ്ങളും. അവയുടെ ഭൂതസ്വപ്നങ്ങളുടെ ധന്യത അറിഞ്ഞാദരിച്ചെന്നവണ്ണം ഒഴുകിപ്പോകുന്ന വലിയ ചരക്കുലോറികൾ. നേർത്ത വെയിലും ഇളം കാറ്റും നിത്യജീവിതത്തിന്റെ ആവലാതികളിൽ നിന്ന് ലാഘവത്വം നിറഞ്ഞൊരു ദാർശനികത ജീവിതത്തിനുണ്ടെന്നു തോന്നിപ്പിക്കുന്ന ഭ്രാന്തന്റെ വാക്കുകളും യാത്രയെ സഹനീയവും രസകരവുമാക്കുന്നു. അവർക്കു പിന്നിൽ, തന്റെ ലോകങ്ങളിൽ നടന്നിരുന്ന കുട്ടി ഇടക്കിടെ പ്രകൃതിവിസ്മയങ്ങളിൽ നിന്ന് തിരിച്ചു വന്ന് മുതിർന്നവരുടെ വർത്തമാനങ്ങളിൽ നിറയുന്നു. ഇളം മഞ്ഞ വെയിലത്തു തിളങ്ങുന്ന വിചിത്രൻ തൊപ്പിയും കോട്ടുപോലത്തെ നീളൻ കുപ്പായവും താടിയും എല്ലാം കൂടി അവന്റെ മനസ്സിൽ ഭ്രാന്തൻ പണ്ടെന്നോ കണ്ട ഒരു ഹിന്ദി കൗബോയ് സിനിമയിലെ നായകനായിക്കഴിഞ്ഞിരുന്നു.

വലിയ കുടുംബത്തിൽ പിറന്ന് തഹസിൽദാരായി റിട്ടയർ ചെയ്തയാൾ. വിദേശത്തു പേരെടുത്ത എംഎൻസികളിൽ ഉയർന്ന ഉദ്യോഗസ്ഥരായ രണ്ടു മക്കളും കുടുംബവും. നാട്ടിലെത്തി അച്ഛന്റെ റിട്ടയർമെന്റ് ഫങ്ഷൻ ഗംഭീരമാക്കി സാമാന്യം ഉയർന്ന ഗ്രാറ്റുവിറ്റിയും ഭേദപ്പെട്ട കമ്മ്യൂട്ടേഷൻ തുകയും ജനറൽ പ്രോവിഡണ്ട് ഫണ്ടുമായി മക്കൾ വീണ്ടും തിരിച്ചു പറന്നപ്പോൾ നാട്ടിൽ അയാൾ മാത്രം ഓർമ്മകളുടെ നടുക്ക് ബാക്കിയായി. മക്കൾ നിർദ്ദേശിച്ച ഫൈവ്സ്റ്റാർ വൃദ്ധസദനത്തിൽ

പെൻഷനും വാങ്ങി സുഖമായി അടങ്ങിയൊതുങ്ങിക്കഴിഞ്ഞുകൂടാൻ കുട്ടിത്തത്തിലേക്കു തിരിച്ചു നടക്കാൻ തുടങ്ങിയതുകൊണ്ടോ എന്തോ അയാൾക്കായില്ല. മക്കളുടെ കണക്കുകൂട്ടലുകളിൽ നിന്ന് പുറത്തു കടക്കാൻ അയാൾ കണ്ടെത്തിയ ഉപായമാണ് ഭ്രാന്ത്. മൂത്തമകന്റെ സുഹൃത്തായ ഭ്രാന്തിന്റെ ഡോക്ടറുടെ കണ്ണുവെട്ടിച്ച് മഹാനഗരത്തിന്റെ അനന്തവിഭ്രാന്തികളിലേക്ക് ഒരു നാൾ അയാൾ അദൃശ്യനായി. ഭ്രാന്തിന്റെ സാധ്യതയും സ്വാതന്ത്ര്യവും അയാൾ ശരിക്കും ആഘോഷിക്കുമ്പോഴാണ് യാചകരുടെയും ചേരിവാസികളുടെയും കൂടെ അയാളെയും നഗരാധികാരികൾ ലോറി കയറ്റിയത്. അവരുടെ കളികളിൽ നിന്ന് വ്യത്യസ്തമായ ഭ്രാന്തിന്റെ കളിനിയമങ്ങൾ അവർക്കൊരിക്കലും മനസ്സിലായതുമില്ല.

വഴിയോരത്തു കണ്ട ഒറ്റപ്പെട്ട ഒരു ഡാബയിൽ അവർ കയറി. രണ്ടുമൂന്നു ലോറിക്കാരും അവരുടെ കൂട്ടത്തിൽ വന്ന അഞ്ചാറു യാചകരും ഗ്രാനൈറ്റിന്റെ കറുത്ത വട്ടമേശകളിലിരുന്ന് ലഘുഭക്ഷണവും ചായയും കഴിക്കുന്നുണ്ട്. ഡാബ തിരക്കു പിടിക്കാൻ രാത്രിയാവും. ഭ്രാന്തൻ ഒരു നിമിഷം ഡാബക്കു പിന്നിലേക്ക് അപ്രത്യക്ഷനായി. വൃദ്ധനും കുട്ടിയും മണ്ണെണ്ണ ചൊയയ്ക്കുന്ന ബണ്ണും ചായയും കഴിച്ചു. ഭ്രാന്തൻ വായ തുടച്ചുകൊണ്ട് ഒരു കള്ളച്ചിരി ചിരിച്ച് അവരുടെ അടുത്തു വന്നിരുന്നു.

“നല്ല വാറ്റുണ്ട്. നോക്കുന്നോ?”

അയാൾ ഡാബക്കു പിന്നിൽ മഴവിൽപ്പാവാടകളും കല്ലുമാലകളും കൈനിറയെ കുപ്പിവളകളും വലിയ മൂക്കുത്തികളുമണിഞ്ഞ തട്ടനിട്ട സുന്ദരികളായ ബഞ്ചാര സ്ത്രീകൾ വിൽക്കുന്ന നാടൻ ചാരായവും കായൽമീൻചാറും അടിക്കാനാണ് പോയതെന്ന് വൃദ്ധനു മനസ്സിലായി.

വൃദ്ധൻ കുട്ടിയുടെ മുഖത്തേക്ക് പാളി നോക്കി. അവൻ വേണ്ടെന്ന് തലയാട്ടി. വേണ്ടെങ്കിൽ വേണ്ട. ഇനി അതുമതി ചെക്കന് നാലു ദിവസത്തേക്ക് കൊല്ലി വീർപ്പിച്ചു നടക്കാൻ. കഴിക്കുമ്പോളല്പം മേലുവേദന കുറയുമെന്നല്ലാതെ ആ കുറ്റബോധം തന്നെ കുറെക്കാലം പൊള്ളിച്ചുകൊണ്ടിരിക്കും.

ഭ്രാന്തൻ കുട്ടിക്ക് ഒരു ചോക്ലേറ്റ് പാക്കറ്റു വാങ്ങിക്കൊടുത്തു.

“പേരെന്താ?” ചോക്ലേറ്റ് പാക്കറ്റ് തിരിച്ചും മറിച്ചും നോക്കുന്ന അവനോട് ഭ്രാന്തൻ ചോദിച്ചു. അവൻ വൃദ്ധനെ മിഴിച്ചു നോക്കി. വൃദ്ധൻ ഭ്രാന്തനെനോക്കി ചിരിച്ചു.

“അവനങ്ങനെ പ്രത്യേകം പേരൊന്നുമില്ല.”

മനുഷ്യരിലെ ഒരു പുതിയ വർഗ്ഗീകരണം ഭ്രാന്തൻ മനസ്സിലാക്കുകയായിരുന്നു. പേരുള്ളവരും ഇല്ലാത്തവരും!

സൂര്യൻ മലനിരകളിലേക്ക് ചുവന്നിറങ്ങാൻ തുടങ്ങിയിരുന്നു. ഇളം കാറ്റിൽ യാത്രയുടെ ദൂരം അവർ കഥകൾ കൊണ്ടളന്നു. ഓരോ ജീവിതവും ഓരോ യാത്രകളാണ്. യാത്രയുടെ വിരസതയും വേദനയുമകറ്റാൻ ഓരോരുത്തരും സ്വയം ഓരോ കഥകളായിത്തീരുന്നു.

യാചകഗണത്തിൽപ്പെടുത്തി നഗരം നാടുകടത്തിയെങ്കിലും വൃദ്ധൻ യാചകനായിരുന്നില്ല. നഗരത്തിലെ സമ്മേളന സ്ഥലികളിലും ഉത്സവപ്പറമ്പുകളിലും ആളുകൂടുന്ന മറ്റു ഘോഷങ്ങളിലുമെല്ലാം വൃദ്ധനും കുട്ടിയും ഉണ്ടായിരിക്കും. വൃദ്ധൻ സമ്മേളനപ്പന്തലുകൾക്കു മുമ്പിൽ കുമ്മായപ്പൊടി കൊണ്ട് വൃത്തം വരച്ച് അതിനുള്ളിൽ ശരീരം മുഴുവൻ സിൽവർ പെയ്ന്റ് തേച്ച് ഗാന്ധിവേഷം ധരിച്ച് നിശ്ചലനായി മണിക്കൂറുകൾ അങ്ങനെ ഒരേ നിൽപുനിൽക്കും. കളത്തിനു പുറത്ത് വൃദ്ധന്റെ സഹായിയായ കുട്ടി ഒരു തോർത്തു വിരിച്ച് അതിനു മുന്നിലിരിക്കും. സമ്മേളനത്തിനു വരുന്നവരുടെ ദയാദാക്ഷിണ്യങ്ങളും അദ്ഭുതങ്ങളും തമാശകളും തോർത്തിൽ നാണയങ്ങളായി പതിക്കും. വൃദ്ധന്റെയും കുട്ടിയുടെയും ജീവനാധാരം തോർത്തുമുണ്ടിൽ വീഴുന്ന ഈ ദയാഗാന്ധേയമായിരുന്നു. വളരെ ചെറുപ്പത്തിൽ എന്നോ മഹാത്മാഗാന്ധിയെക്കണ്ട ചെറിയൊരോർമ്മയിൽ നിന്ന് വൃദ്ധൻ സ്വയം ഗാന്ധിയാവുകയായിരുന്നു. ഗാന്ധിജിയുടെ കൃപകൊണ്ട് ഒരിക്കലും ഇരക്കേണ്ടി വന്നിട്ടില്ലെന്ന് വൃദ്ധൻ.

മേലാസകലം സിൽവർ പെയ്ന്റു പൂശി, താറുടുത്ത്, പൊട്ടിയ വട്ടക്കണ്ണട വെച്ച്, വലംകയ്യിൽ മുളവടിയൂന്നി, മറുകയ്യിൽ ഗീത പിടിച്ച്, വലതുകാൽ മുമ്പോട്ടു വെച്ച് അൽപം മുന്നിലേക്കാഞ്ഞ് ഒരു യാത്രയിലെന്നപോലെ ഒറ്റനിൽപ്പാണ്. എത്ര വയ്യെന്നു തോന്നിയാലും ഗാന്ധിജിയായി വേഷം മാറിയാൽ പിന്നൊരു ഊർജ്ജപ്രവാഹമാണ്. ചുറ്റുമുള്ള ആരവങ്ങളിൽ നിന്ന് മനസ്സ് മഹാത്മാവിലേക്കെത്തിയാൽ പിന്നെ അനങ്ങാതെ ഇങ്ങനെ ജീവിതം മുഴുവൻ വേണമെങ്കിൽ നിൽക്കാം. അതിനൊരിക്കലും കോട്ടം തട്ടിയിട്ടില്ല. അറിയാതെയറിയാതെ സത്യാഗ്രഹിയുടെ ആത്മാവ് തന്നിലേക്കിറങ്ങുന്നതുപോലെ തോന്നും. തികച്ചും അബോധാത്മകമായ പരകായപ്രവേശത്തിൽ വെയിലും മഴയും ബഹളവും ഒന്നുമറിയാതെ ഒറ്റനിൽപ്പാണ്. പലപ്പോഴും ആളുംമാളുമൊഴിഞ്ഞ് കുട്ടിയുണർത്തുമ്പോഴാണ് വൃദ്ധൻ ഉണരാറ്.

തന്റെ പരകായപ്രവേശ സമയത്തെ ഒരിക്കലും പിടിതരാത്ത ഭാവപ്പകർച്ചകൾ ഓർത്ത് സോപ്പും മണ്ണെണ്ണയും ഇട്ട് എത കഴുകിയിട്ടും പോകാതെ ശരീരത്തിൽ പാണ്ടുപോലെ അവിടവിടെ പടർന്നു കിടക്കുന്ന

സിൽവർ പേസ്റ്റിന്റെ ചാര ഭൂപടങ്ങളിൽ തലോടി വൃദ്ധൻ ചിരിച്ചു. പിന്നെ സഞ്ചി തുറന്ന് വളരെ ശ്രദ്ധിച്ച് താൻ നിധിപോലെ സൂക്ഷിക്കുന്ന പഴമയുടെ മഞ്ഞകയറിയ ആ ഫോട്ടോ ഭ്രാന്തനു നേർക്കു നീട്ടി. യുവാവായ ഗാന്ധിവേഷധാരിയുടെ തോളിൽ കയ്യിട്ട് ഇന്ദിരാഗാന്ധി ചിരിച്ചു നിൽക്കുന്ന ഫോട്ടോ. എഐസിസിയുടെ ഒരു സമ്മേളനപ്പന്തലിനു മുന്നിൽ വെച്ച് പണ്ടെന്നോ സംഭവിച്ച ഒരു ചിത്രം. ഇന്നും കോരിത്തരിപ്പോടെ മാത്രം ഓർക്കാനുള്ള, വൃദ്ധന്റെ ആത്മകഥയിലെ ദീപ്തമായ ഒരേ ഒരേട്.

ഭ്രാന്തൻ കുറച്ചുനേരം ഫോട്ടോയിലേക്ക് തറച്ചുനോക്കി. പിന്നെ വൃദ്ധനെ നോക്കി ആദ്യം പതുക്കെയും പിന്നെ ഉറക്കെയും ചിരിച്ചു.

“ബ്രിട്ടീഷ് യുവരാജാവിനു വേണ്ടി ഗാന്ധിജിയെ നാടു കടത്തുന്നു അല്ലേ?”

ഒന്നും മനസ്സിലായില്ലെങ്കിലും കുട്ടിയും അവരോടൊന്നിച്ച് വെറുതെ ചിരിച്ചു. ചിരിച്ചു ചിരിച്ചു കണ്ണിൽ നനവു പടർന്നപ്പോൾ ഭ്രാന്തൻ തന്നോടു തന്നെയായി പറഞ്ഞു.

“അല്ലെങ്കിലും പട്ടണങ്ങൾക്കൊന്നും ഗാന്ധിജിയെ വേണ്ടാതായിട്ട് കാലമെത്രയായി. ബുദ്ധനെപ്പോലെ ബാപ്പുജിയും അന്യനാടുകളിലേക്കു പരിമിതമായേക്കാം. വില്ലന്മാർ നായകന്മാരായികൊണ്ടാടപ്പെടുന്ന കലിയുടെ കാലമല്ലേ?”

വൃദ്ധനെയും ഭ്രാന്തനെയും പോലെ കുട്ടിക്ക് സ്വന്തമായി കഥകളുണ്ടായിരുന്നില്ല. തന്റെ തന്നെ ഉപകഥ പോലെ വൃദ്ധൻ തന്നെപ്പറ്റി പറയുന്ന കാര്യങ്ങളേ അവനറിയാമായിരുന്നുള്ളൂ. തന്റെ കഥക്കു ശേഷം വൃദ്ധൻ ഭ്രാന്തനോട് ഒരു സമ്മേളനപ്പന്തലിന്റെ പിന്നാമ്പുറത്തെ കുപ്പത്തൊട്ടിയിൽ നിന്ന് അവനെ കണ്ടെടുത്ത കഥ പറയുകയായിരുന്നു. പിന്നെ വൃദ്ധന്റെ മകനായി സഹായിയായി എല്ലാമായി അവൻ വളർന്നു. തന്റെ കാലശേഷം ബാപ്പുജിയാവേണ്ടതവനാണ്. അവനെ ഗാന്ധിയായിക്കണ്ടിട്ടു കണ്ണടക്കണം എന്നൊരു മോഹമേ വൃദ്ധന് ബാക്കിയുള്ളൂ. സത്യാഗ്രഹിയുടെ നിശ്ചയദാർഢ്യം അവന്റെ കൺകളിൽ നിറയുന്നതു കണ്ട് തനിക്ക് കണ്ണടക്കണം.

വൃദ്ധൻ തന്റെ കഥ പറയുമ്പോൾ തന്റേതായ രീതിയിൽ തങ്ങൾ നേരിടുന്ന അവസ്ഥകളെ അപഗ്രഥിക്കുകയായിരുന്നു അവൻ. മഹാനഗരത്തിൽ ഏതോ വലിയ കളി നടക്കാൻ പോകുന്നുവെന്ന് കൂട്ടുകാർ പറഞ്ഞറിഞ്ഞപ്പോൾ എന്തൊരു സന്തോഷമായിരുന്നു. വലിയ വലിയ കളിപ്പന്തലുകൾക്കു മുന്നിൽ തങ്ങൾക്ക് നിശ്ചലമായി ഗാന്ധിവേഷം കെ

ട്ടിനിൽക്കാൻ കുറച്ചു സ്ഥലം കിട്ടിയാൽ കുറച്ചു ദിവസത്തിനെങ്കിലും കുശാലാവും. ധർമ്മാശുപത്രിയിലെ ഡോക്ടർ പുറത്തേക്കെഴുതിയ ആയാസത്തിനുള്ള മരുന്ന് തുടങ്ങിയ അത്യാവശ്യ കാര്യങ്ങളും നിവർത്തിക്കാം. ആയാസം വരുമ്പോഴത്തെ ആശാന്റെ അവസ്ഥ ഓർക്കാനേ പേടിയാവുന്നു.

പക്ഷേ, ഒരിക്കലും വിചാരിക്കാത്ത കാര്യങ്ങളാണ് നടന്നത്. ഒരു പക്ഷേ തങ്ങളൊന്നും കാണാൻ പാടില്ലാത്ത, വലിയവർക്കു മാത്രമുള്ള വല്ല കളികളുമായിരിക്കും വരാൻ പോകുന്നത്.

ഏതൊക്കെയോ ചോദ്യക്കരകളിൽ വഴിതെറ്റിയലഞ്ഞ സന്ദേഹിയുടെ മനസ്സ് ഒടുവിൽ തോടു പിളർന്ന് പുറത്തുവന്നു.

"ഈ ചെല്ലുന്നിടത്തും നമ്മൾ കാണാൻ പാടില്ലാത്ത വല്ല കളികളും നടക്കുന്നുണ്ടെങ്കിൽ പിന്നെ നമ്മൾ എവിടേക്കാണു പോവുക?"

വൃദ്ധനും ഭ്രാന്തനും പരസ്പരം നോക്കി. കുറെയകലെ, കാഴ്ചകൾക്കൊടുവിൽ വൃദ്ധന്റെ ചുക്കിച്ചുളിഞ്ഞ ശരീരത്തിലെ സിൽവർ പാണ്ടുകൾ പോലെ ഒരു ചെറു പട്ടണത്തിന്റെ ഛായകൾ തെളിഞ്ഞു തുടങ്ങുന്നു.

"ഇതല്ലെങ്കിൽ ഇനിയൊരു പട്ടണം. അതല്ലെങ്കിൽ വേറൊന്ന്. പട്ടണങ്ങളിങ്ങനെ ബാക്കി കിടക്കുകയല്ലേ?"

ഭ്രാന്തനാണ് സമാധാനം പറഞ്ഞത്.

"പട്ടണങ്ങളായ പട്ടണങ്ങളൊക്കെ തീർന്നാലോ?" അവൻ പിന്നെയും അവസാനിക്കാത്ത കടങ്കഥ പോലെ ചോദിച്ചു.

ഒരു കണക്കിൽ ചെറുപട്ടണങ്ങളാണ് സുഖം. ഒന്നുമില്ലെങ്കിലും വല്ലതും കഴിച്ച്, രാത്രി പത്തുമണിയോടെ വിജനമാകുന്ന ഏതെങ്കിലും കടത്തിണ്ണയിൽ സുഖമായി മൂടിപ്പുതച്ചു കിടന്നുറങ്ങാം. മഹാനഗരങ്ങൾ ഒരിക്കലും ഉറങ്ങുന്നില്ല, മനസ്സുവിട്ടുറക്കുകയുമില്ല.

പട്ടണങ്ങൾ തീർന്നാൽ ഗ്രാമങ്ങൾ. അതും തീർന്നാൽ ഒരു പക്ഷേ മറ്റൊരു രാജ്യം, തരിശുകൾ, മലകൾ, കാടുകൾ, സമുദ്രങ്ങൾ. യാചകർക്കും ഭ്രാന്തന്മാർക്കും തങ്ങളിരിക്കുന്നിടമാണ് തന്റേടം. അതിനപ്പുറത്ത് അതിരുകളില്ലാത്ത ഭൂമി, അനന്തത, പരബ്രഹ്മം എന്നൊക്കെ ചെക്കനോടു പറഞ്ഞ് ചിരിക്കണമെന്നു വിചാരിച്ചുവെങ്കിലും ഒരു ഭ്രാന്തിനും തടുത്തുനിർത്താനാകാത്ത വല്ലാത്തൊരു മനഃപ്രയാസം തങ്ങളെ പൊതിഞ്ഞിരിക്കുന്നത് ഭ്രാന്തനും വൃദ്ധനും പരസ്പരം വേദനയോടെ അറിഞ്ഞു.

കലികാലത്തിന്റെ കല്പവൃക്ഷം നുണയാണ്. ഭരണകൂടങ്ങൾ നട്ടു

നനച്ച് അതിസുന്ദരമായി അലങ്കരിക്കുന്ന നുണകളുടെ പൂങ്കാവനങ്ങളിൽ യാചകരും ഭ്രാന്തരും അധഃസ്ഥിതരും അശരണരും പലപ്പോഴും പൊയ് പോയകാല ചൈതന്യങ്ങൾ പോലും വൈരൂപ്യങ്ങളാകുന്നു. പൂങ്കാവനങ്ങളെ സുന്ദരമാക്കുക. ഏറ്റവും സുന്ദരമാക്കുന്നവർ അതിസുന്ദരന്മാരാകുന്നു.

"അവർ ചെയ്യുന്നതെന്താണെന്ന് അവരറിയുന്നില്ല. നമ്മൾ ചെയ്യേണ്ടതെന്തെന്ന് നമ്മളും."

പുതു പട്ടണത്തിലെ ആദ്യത്തെ പീടിക സമുച്ചയങ്ങൾ തുടങ്ങുന്നിടത്തുവെച്ച് വൃദ്ധന്റെ മുഖത്തു നോക്കി ഭ്രാന്തൻ തന്നോടുതന്നെയായി പറഞ്ഞു.

*****

മധ്യമരജ്ജു

"ഇന്നത്തെ വില്ലനാരാ അച്ഛാ?"

സെൽഫോണിലെ സംസാരം അവസാനിപ്പിച്ച് പതിവുപോലെ സ്വതേ കരുവാളിച്ച മുഖം ദൈന്യത്തിൽ ഒന്നുകൂടി കറുത്ത് അച്ഛൻ ചാരുകസേരയിൽ പോയിരുന്നപ്പോൾ, തനിയാവർത്തനങ്ങളിൽ നിർവികാരയായ മകൾ അച്ഛനല്ലാതെ മറ്റാർക്കും മനസ്സിലാകാത്ത അല്ലെങ്കിൽ മനസ്സിലാക്കാനാവാത്തപോലെ ചോദിച്ചു.

മകളുടെ മുഖത്തു നോക്കാൻ പേടി തോന്നിയതുപോലെ അച്ഛൻ കണ്ണടച്ച് തന്റെ മറ്റാർക്കും കാണാനാവാത്ത ഇരുട്ടിലേക്ക് നോക്കി ആത്മഗതം പോലെയോതി : മധ്യമരജ്ജു!

മോൾക്ക് അച്ഛനെ ഉറക്കത്തിലെങ്കിലും ചങ്കു പിടിച്ച് പോക്കിക്കൊല്ലണമെന്ന് ഒരിക്കലെങ്കിലും തോന്നാത്തതെന്തേ എന്ന പുറത്തുവരാത്ത ചോദ്യത്തിന്റെ ഉത്തരങ്ങളിലേക്ക് അച്ഛൻ മുങ്ങിത്താഴുന്നതിനിടയിൽ മകളും അതുതന്നെ ആലോചിക്കുകയായിരുന്നു. മറ്റു വല്ല അച്ഛന്മാരുമായിരുന്നെങ്കിൽ മകളെ ചങ്കുപിടിച്ച് പോക്കിക്കൊന്ന്, പറങ്കിമാവിൻ കൊമ്പിൽ തൂങ്ങുമായിരുന്നു. അച്ഛൻ പക്ഷേ നെഞ്ചുവേദന വന്ന് അമ്മ മരിച്ചപ്പോൾ അമ്മയും കൂടി ആവുകയായിരുന്നു. സർവീസിന്റെ അവസാനകാലത്ത് പെർമനന്റായ വെൽഫെയർ ഹോസ്റ്റലിലെ പാചകക്കാരന് കിട്ടുന്ന തുച്ഛം പെൻഷൻ കൊണ്ട് അച്ഛൻ ഒരു കുറവും വരുത്താതെ തന്റെ ചെറിയ കുടുംബം നോക്കുന്നു.

തന്റെ കാലശേഷം മകൾ എന്ന ആലോചന അച്ഛന്റെ ബീഡിപ്പുകച്ചുരുളുകളിൽ കറങ്ങിത്തിരിയുന്നു. വല്ല അത്ഭുതവും നടന്ന് കല്യാണം കഴിഞ്ഞ് താൻ പോയാൽ അച്ഛൻ എന്ന ധർമ്മസങ്കടം മകളുടെ അടുക്കളയിൽ പുകഞ്ഞുനീറുന്നു.

"അതുപോട്ടെയച്ഛാ!"

അച്ഛന്റെ പുകച്ചുരുളുകളിലേക്ക് അച്ഛനറിയാതെ പാളിനോക്കി മകൾ പറഞ്ഞു: "അടുത്ത എഴുന്നള്ളിപ്പ് ഇനി എപ്പളാണാവോ"

മധ്യമരജ്ജു!

പേരു കേൾക്കാൻ ഒരു തറവാടിത്തമൊക്കെയുണ്ട്. മകളെയും ഈ

പരിസരവും ഇഷ്ടപ്പെട്ടില്ലെന്ന് മുഖത്തുനോക്കി പറയാതിരിക്കാനുള്ള ഒരു ഉപായമാണ് ജാതകം. ജാതകക്കുറിപ്പ് വാങ്ങി പണിക്കരുടെ അടുത്തുചെന്ന് വിളിക്കാമെന്ന് പറഞ്ഞു പോകുന്നവർക്ക് മനപ്രയാസമില്ലാതെ കൈകഴുകാം. പാവം ശുദ്ധജാതകം, രാഹുദശ, പൊരുത്തക്കുറവുകൾ- ഇനി ഇതൊന്നുമല്ലെങ്കിൽ ലഗ്നാൽ ഏഴാം ഭാവത്തിന് പാപമധ്യസ്ഥിതി, പാപമധ്യസ്ഥിതിയോടുകൂടി ഇടക്കുകയറി വഴിമുടക്കി നിൽക്കുന്ന അഷ്ടമാധിപനോ ആറാം ഭാവാധിപനോ പന്ത്രണ്ടാം ഭാവാധിപനോ മറ്റാരെങ്കിലുമോ. പാപമധ്യസ്ഥിതിയോടുകൂടി ചിലപ്പോൾ ഏഴിൽ പാപൻ കയറിനിൽക്കും. അവനാണ് ഏറ്റവും അപകടകാരി. കൊടും തീവ്രവാദി. ഇതിന്റെ ഫലം ഒന്നുകിൽ ഭാര്യ മരിക്കും. അല്ലെങ്കിൽ ഭാര്യയെ കൊല്ലും. എങ്ങനെയായാലും ചാവ് ഉറപ്പുതന്നെ. ഈ പാപന്റെ ഓരോ കളികള്.

ഇന്നത്തെ കളിക്കാരൻ മധ്യമരജ്ജുവാണ്. ആദിരജ്ജുവിനേക്കാളും അന്ത്യരജ്ജുവിനേക്കാളുമൊക്കെ കൊടുംഭീകരൻ.

ആദ്യമൊക്കെ പറഞ്ഞറിയിക്കാനാവാത്ത ഒരുൾപ്പുളകവും പരിഭ്രമവുമൊക്കെയായിരുന്നു. രാവിലെത്തൊട്ടു തുടങ്ങിയാലും എന്തൊക്കെ ചെയ്താലും ഒരുക്കങ്ങൾ എവിടെയുമെത്താത്ത അവസ്ഥ. കറുത്ത പൊട്ടു വേണോ, അതോ ചോന്നതോ. ചുരിദാർ വേണോ അതോ കോമളച്ചേച്ചിയുടെ മകന്റെ കല്യാണത്തിന് തന്ന പോക്കുവെയിലിന്റെ നിറമുള്ള സാരിയോ. അതുടുക്കുമ്പോൾ തനിക്കൊരു പ്രത്യേക ഭംഗിയാണെന്നാണ് മേലേതിലെ മീനാക്ഷി അമ്പലത്തിൽ വെച്ച് പറഞ്ഞത്. മുടിയുടെ കാര്യമാണെങ്കിൽ കുറ്റിച്ചൂലാണ്. മെടഞ്ഞിടണോ അതോ ഒരു തുളസിക്കതിരുവെച്ച് വെറുതെ പിന്നിയിടണോ, അതുമല്ലെങ്കിൽ വെറുതെ കെട്ടിവെച്ചാൽ മതിയോ എന്ന ധർമ്മസന്ദേഹം ഒരിക്കലും തീരുന്നേയില്ല.

ആദ്യമൊക്കെ സഹായിക്കാൻ അപ്പുറത്തെ ജാനകിച്ചേച്ചി വരുമായിരുന്നു. പിന്നെപ്പിന്നെ അവർക്കും മടുത്തുകാണും. ഇപ്പോൾ മകൾക്ക് കണ്ണാടിയാണമ്മ. അല്ലാതെ ആരോട് ചോദിക്കാൻ. സമയമോടുന്ന ഓട്ടം.

ആള് കാണാനെങ്ങനെയാണാവോ? സൗന്ദര്യവും സാമ്പത്തികവുമൊക്കെ കുറച്ചു കുറഞ്ഞാലും സൽസ്വഭാവിയായിരുന്നാൽ മതി. തന്നെയും അച്ഛനെയും സ്നേഹംകൊണ്ട് വീർപ്പുമുട്ടിക്കുന്നൊരാൾ. ഉദിനൂര ഭഗവതീ, തന്നെ കാണുമ്പോൾ പറ്റിയാൽ മതിയായിരുന്നു.

വൈകുന്നേരം അച്ഛന്റെ സെൽഫോണിൽ കടലിനക്കരെ പോണോ

രേ കേൾക്കുമ്പോൾ മകൾ ഇരുട്ടിൽ പിടപ്പോടെ പതുങ്ങിനിൽക്കും. കാര്യം മനസ്സിലാകുമ്പോൾ പിടയുന്ന മനസ്സിനെ അടക്കിപ്പിടിച്ച്, വടക്കുപുറത്തെ ഇരുട്ടിൽ ചെന്നിരുന്നു കരയും. വീണ്ടും സമാധാനിക്കും. ഒക്കെ ശരിയാവും.

പിന്നെപ്പിന്നെ വെറും മരവിപ്പായി. കടലിനക്കരെ പോണോരെ കാത്തുനിൽക്കാതായി. നിത്യകൃത്യങ്ങൾ പോലെ മറ്റു വിശേഷങ്ങളൊന്നുമില്ലാതെ ഇതും.

പതിനേഴ്, പതിനെട്ട് പെണ്ണുകാണലുകൾ - മകളുടെ തോന്നലിൽ ആണുകാണലുകൾ -വരെ എണ്ണിയിരുന്നു. പിന്നെ എവിടെ വെച്ചോ എണ്ണം തെറ്റി. ഇതെത്രാമത്തെയാണ്? സ്കൂളിൽ കണക്കിന് തരക്കേടില്ലാതിരുന്ന മകൾക്ക് ഇവിടെ പിഴയ്ക്കുക തന്നെ ചെയ്തു. എന്തായാലും മുപ്പത്തഞ്ചിനും നാല്പതിനും ഇടക്കൊരു സാധ്യതാ സംഖ്യയിലാണ് മകൾ നിൽപ്പുറപ്പിച്ചിരിക്കുന്നത്.

അതിനിടക്ക് ഒരാലോചന ഏകദേശം ശരിയായി വന്നതാണ്. ഗൾഫിൽനിന്ന് മൂന്നുമാസത്തെ ലീവിന് ഒരുപാട് സ്വപ്നങ്ങളുമായി വന്ന് രണ്ടര മാസം പെണ്ണന്വേഷിച്ചു തുലച്ച് വിരക്തനായ ചെക്കൻ അവസാനം മനമില്ലാ മനസ്സോടെ സമ്മതം മൂളി. ഒരാഴ്ചക്കുള്ളിൽ കല്യാണം നടത്തിക്കൊടുക്കണം. കല്യാണം കഴിഞ്ഞ് ഗൾഫിലേക്ക് പറക്കുന്നതിനിടയിൽ ഒരാഴ്ചയെങ്കിൽ ഒരാഴ്ച കിട്ടുമല്ലോ. ബാങ്ക് ലോണിനായി ഫീൽഡ് ഓഫീസർ പറഞ്ഞ ഒരു മാസത്തെ ഇടപോലും കിട്ടാതെ അച്ഛൻ വട്ടം ചുറ്റിയപ്പോൾ മകൾ തന്നെയാണ് പറഞ്ഞത്. ഇവിടെ കെട്ടിയിരുപ്പൊന്നുമില്ലല്ലോ അവരു പോട്ടെയച്ഛാന്ന്.

പാവം ഗൾഫുകാരന്റെ കല്യാണം കഴിഞ്ഞിരിക്കാൻ വഴിയില്ല. ഇനി രണ്ടു കൊല്ലത്തിനു ശേഷം മൂന്നു മാസത്തെ ലീവിൽ വീണ്ടും നാട്ടിലേക്ക്.

പെണ്ണു കാണാൻ വരുന്നവരെ കാണുമ്പോൾ തന്നെ അവരുടെ മനസ്സിലിരിപ്പും ഇപ്പോൾ ഏറെക്കുറെ മനസ്സിലാക്കാം എന്ന നിലയിലെത്തിയിട്ടുണ്ട് മകൾക്ക് കാര്യങ്ങൾ. അനുഭവത്തേക്കാൾ വലിയ ഗുരുക്കളില്ലെന്നല്ലേ. പോരാത്തതിന് പെണ്ണുങ്ങളേക്കാൾ വേഗത്തിൽ സ്വയം വെളിപ്പെടുക ആണുങ്ങളാണെന്നും പലപ്പോഴും തോന്നിയിട്ടുണ്ട്. അവരുടെ മനസ്സുവായന എളുപ്പമാണ്.

ചിലർക്ക് വീട്ടിലേക്ക് ഇറങ്ങിവരുമ്പോൾ തന്നെ ഇത്രദൂരം വന്നത് വെറുതെയായെന്നു മനസ്സിലാകും. ബ്രോക്കറോടും കൂടെവന്ന മുതിർന്നവരോടുമുള്ള അവരുടെ കടന്നൽകുത്തിൽനിന്നുതന്നെ അത്തരക്കാ

രെ പെട്ടെന്നറിയാം. പുറത്തെ വെയിലിലേക്കു നോക്കി വലിയ ചിന്തകരെപ്പോലുള്ള ഇരിപ്പും ഭാവവും. കട്ടിളപ്പടി കടന്നു നിൽക്കുന്ന മകളെ ഒന്നു നോക്കിയെന്നുവരുത്തും. പിന്നെ മറ്റുള്ളവരുടെ നിർബന്ധത്തിന് വഴങ്ങി അറിയുന്ന കാര്യങ്ങൾ തന്നെ വീണ്ടും ആവർത്തിക്കും.

എന്താ പേര്?
പേരക്ക
എത്രവരെ പഠിച്ചു?
പ്ലസ് ടു.
പിന്നെന്തേ പഠിക്കാത്തത്?
മനസ്സില്ലാഞ്ഞിട്ട്.

എന്നൊക്കെ പറയണമെന്ന് തോന്നുമെങ്കിലും മരവിപ്പ് പുറത്തുകാണിക്കാതെ എല്ലാം കൃത്യമായി പറയും. ഒന്നുരണ്ടു നിമിഷങ്ങൾ അങ്ങനെ നിന്നാൽ അച്ഛൻ അകത്തേക്ക് പൊയ്ക്കൊള്ളാൻ തലയാട്ടും.

വേറെ ചിലരുണ്ട്. അച്ഛനമ്മമാരോടൊപ്പം പെണ്ണുകാണാൻ വരുന്ന അഴകൊഴമ്പൻ പൂവമ്പഴങ്ങൾ. അവർ കസേരയിൽ ചന്തി തൊട്ടുതൊട്ടില്ലെന്ന മട്ടിൽ അതിവിനയത്തിന്റെ ആൾരൂപങ്ങളായി അങ്ങനെ ഇരിക്കാതെ ഇരിക്കും.

എന്റെ മോൻ വായിലിട്ട വിരല് കടിക്കില്ല.
വീട് വിട്ട് പുറത്തേക്കിറങ്ങില്ല.
കൂട്ടുകെട്ടൊന്നുമില്ല.
ദുശ്ശീലങ്ങളേയില്ല.
വീട്, ഡ്യൂട്ടി
ഡ്യൂട്ടി, വീട്.

അമ്മയും അച്ഛനും മത്സരിച്ച് മകന്റെ സഹസ്രനാമ കീർത്തനം നടത്തുമ്പോൾ മകൾ മറ്റെന്തൊക്കെയോ ചിന്തകളിലായിരിക്കും. അച്ഛനുമമ്മക്കും വേണ്ടിയാണ് പെണ്ണുകെട്ട്. ഈ പൂവമ്പഴത്തിന് വീട്, ഡ്യൂട്ടി, ഡ്യൂട്ടി വീട്. ഇത്തരക്കാർക്ക് മകളിട്ട പേരാണ് അനർത്ഥ സാധുക്കൾ. അതിനിടക്ക് അനർത്ഥ സാധുവിന്റെ അമ്മ വീട്ടിനകത്ത് വന്ന് നടത്തുന്ന ഒരു സ്നേഹപ്രകടന കലാപരിപാടിയുമുണ്ടായിരിക്കും. അവർ വളരെ സ്നേഹത്തോടെ മകളുടെ കൈകൾ പിടിച്ചു താലോലിക്കും. കൊ

ഞ്ചിക്കുഴയും. തിരുവാതിര കളിക്കും. പോകാൻ നേരത്ത് രണ്ടു കൈപ്പത്തികളും കൂട്ടി രണ്ടുകൊല്ലിക്കും കൂടി ഒരു പിടുത്തമുണ്ട്. ഈ ഏടാകൂടം ഒന്നൊഴിഞ്ഞു കിട്ടിയാൽ മതിയെന്നായിരിക്കും മകളുടെ ഉദിനൂരെ ദേവിയോടുള്ള അപ്പോഴത്തെ പ്രാർത്ഥന.

വേറെ ചിലരുണ്ട്. കൂട്ടത്തിൽ ഏറ്റവും അപകടകാരികൾ. ഭീകരർ. ദുശ്ശാസനന്റെ ചാർച്ചക്കാരായ ഇവരോട് പിടിച്ചു നിൽക്കാനാണ് ഏറ്റവും പാട്. നോട്ടത്തിനുള്ളിലെ നോട്ടത്തിലൂടെ ഇവർ മേത്താകെ മാന്തും, പിച്ചും, കടിക്കും. ശരീരത്തിൽ ഇഴഞ്ഞു നടക്കും. ഈ വസ്ത്രാക്ഷേപങ്ങൾ ശരീരത്തിനും മനസ്സിനുമേൽപ്പിക്കുന്ന ആഘാതം ചില്ലറയൊന്നുമല്ല.

ഉയരം - 5½
അര - 24
നിതംബം - 36
മാറ് - 38
മുടി- ചന്തിക്കു മൂന്നിഞ്ചു മേലെ.

ബ്രായുടെ അളവുകളും ഇട്ട പൗഡറിന്റെ പേരുവിവരങ്ങളുമടക്കം നമ്മൾപോലും നമ്മളെക്കുറിച്ച് ശരിക്ക് മനസ്സിലാക്കിയിട്ടില്ലാത്ത കാര്യങ്ങൾ അവർ അളന്നെടുക്കും. ഇത്തരം മരയോന്തുകളെ നേരിടുക ഒരു അഗ്നിപരീക്ഷ തന്നെയാണ്. ഇവരുടെ മുന്നിൽ ചരക്കായി, ശരീരം പുഴുവരിച്ച് നിൽക്കുന്നതിൽ നിന്ന് രക്ഷപ്പെട്ടാൽ പിന്നെ അകത്തുചെന്ന് നിന്ന് കുറച്ചുനേരം പിടിക്കും, കിതപ്പടക്കി സാധാരണ സ്ഥിതിയിലെത്താൻ.

ഒരു നേരംപോക്കിനു വേണ്ടി സുഹൃത്തുക്കളുമൊത്ത് വരുന്നവരുമുണ്ട് കൂട്ടത്തിൽ. ഇത്തരം ലൈറ്റ് വെയ്റ്റുകൾ ചായ കുടിച്ചുകൊണ്ട് പരസ്പരം നിരർത്ഥകമായ ഗോഷ്ഠികൾ കാട്ടി കുറച്ചൊരു നേരംപോക്കൊരുക്കി പോകാറാണ് പതിവ്.

പക്ഷേ, ഇന്നു വന്നയാളുടെ മട്ടും ഭാവവും കണ്ടിട്ട് തന്നെയും ചുറ്റുപാടുകളെയും ഇഷ്ടപ്പെട്ടതു പോലെയായിരുന്നു. അമ്മയും മൂന്നു പെങ്ങന്മാരുമടങ്ങുന്ന പ്രാരാബ്ധക്കാരൻ. ഒരായുർവ്വേദ കമ്പനിയിൽ മരുന്ന് നിർമ്മാണമോ മറ്റോ പണി. തങ്ങളേക്കാൾ പറയത്തക്ക ചുറ്റുപാടുകളൊന്നുമില്ലാത്തയൊരാൾ.

പതിവില്ലാതെ അയാളുടെ വരവ് കനത്ത മഴയത്തായിരുന്നു. പടി

ക്കൽ ഓട്ടോറിക്ഷ നിർത്തി വീട്ടിലേക്ക് ഓടിക്കയറുകയായിരുന്നു, അയാളും കൂടെ വന്നവരും. അച്ഛൻ തോർത്തെടുത്തു കൊടുത്തപ്പോൾ അയാൾ ചിരിച്ചുകൊണ്ട് നിരസിച്ച് കൈകൊണ്ട് മുടി തട്ടിയൊതുക്കി.

ചായയുമായിച്ചെന്ന മകളോട് മറ്റുള്ളവർ നിർബന്ധിച്ചപ്പോൾ അയാൾ ചോദിച്ചതു കേട്ട് മകൾ മനസ്സിൽ ചിരിയമർത്തി.

"നല്ല മഴ അല്ലേ?"

മകൾ വെറുതെ നിലത്തു നോക്കി നിന്നു. തിരിച്ച് വന്ന് അടുക്കളയുടെ കരിപിടിച്ച അഴികളിലൂടെ പുറത്തേക്ക് നോക്കി പെയ്തൊഴിഞ്ഞ മഴയിലൂടെ ഇലച്ചാർത്തുകളിൽ മിന്നുന്ന സൂര്യമുഖം.

പോകുന്ന പോക്കിൽ അറിയാത്ത മട്ടിൽ ആ കണ്ണുകൾ തെക്കിനി ഭാഗത്തേക്ക് പാളിയപ്പോൾ മനസ്സ് പൂമ്പാറ്റയായി. ആ ഇരുത്തം വന്ന സൗമ്യഭാവവും തരക്കേടില്ലാത്ത രൂപവും എത്ര വേണ്ടെന്നു പറഞ്ഞിട്ടും വീണ്ടും മനസ്സിൽ ചെറിയൊരുത്ക്കണ്ഠ ഉണർത്തിയതാണ്.

ഒരു പക്ഷേ ശരിക്കും മധ്യമരജ്ജുവായിരിക്കാം. ഇത്തരം ദോഷങ്ങളെയൊക്കെ ധിക്കരിച്ച് തന്നെ വരിക്കാൻ മാത്രം എന്തു കെട്ടിയിരിപ്പാണിവിടെയുള്ളത്. ഭൗതിക വസ്തുക്കൾക്കു മാത്രം പ്രസക്തിയുള്ള പെണ്ണുകാണലുകൾ ശരീരങ്ങളുടെയും ചുറ്റുപാടുകളുടെയും ജാതകപ്പൊരുത്തങ്ങളുടെയുമൊക്കെ കെട്ടുകാഴ്ചകൾ എന്നതിനപ്പുറം ആർ എന്തുകാണുന്നു. സമുദ്രംപോലുള്ള പെൺമനസ്സളക്കാൻ ഈ നാഴിയും പറയും കൊണ്ടെന്താവാൻ. എന്നൊക്കെ സ്വയം സമാധാനിപ്പിക്കാൻ ശ്രമിച്ചുവെങ്കിലും മനസ്സിന്റെ ഉരുൾപൊട്ടലിൽ സ്വയം ഒലിച്ചു പോകുന്നതു തടയാൻ ഇന്നെന്തുകൊണ്ടോ മകൾക്കായില്ല.

പിറ്റേന്ന് രാവിലെ മകളുടെ പതിവില്ലാത്ത ചെയ്തികളിലേക്ക് വ്യാപൃതനായ അച്ഛൻ അമ്പരന്നു. മകൾ എന്തോ നിശ്ചയിച്ചുറപ്പിച്ചതുപോലെ എഴുതിത്തയ്യാറാക്കിയ കാർഡ് ബോർഡ് ചെറിയൊരു മുളങ്കാലിൽ കെട്ടി. പിന്നെ സ്വയം വായിച്ച് തൃപ്തി വരുത്തി.

ഉയരം – 5½
വയസ്സ് – 26
നിറം – ഇടത്തരം
കാണാൻ – രണ്ടാംതരം
പഠിപ്പ് – പന്ത്രണ്ടാം തരം
സാമ്പത്തികം – പൂജ്യാന്തരം
മനുഷ്യജാതി

സ്ത്രീകുലം

കൂടുതൽ പ്രതീക്ഷകളില്ലെങ്കിൽ മാത്രം ഇറങ്ങുക.

മകൾ തിരിഞ്ഞ് ഒതുക്കുകൾ കയറുമ്പോൾ ചാരുകസേരയിൽ ജന്മം പുകച്ചുതീർക്കുന്ന അച്ഛൻ ചോദിച്ചു. “അത് വേണോ മോളേ?”

“വേണമച്ഛാ, ഞാനിത് പടിക്കൽ നാട്ടാൻ പോവുകയാണ്. ആ പാലിനും പഞ്ചസാരക്കും ചിലവാകുന്ന കാശുണ്ടെങ്കിൽ ആ മിനിച്ചേച്ചിയുടെ അടുത്ത് തുന്നൽ പഠിക്കാൻ പോകാം. പിന്നെ തന്നോടു തന്നെയായി പറഞ്ഞു. “ഇവറ്റകള് പോയി പണി നോക്കട്ടെ, ഹല്ല പിന്നെ.”

കിണറ്റിൻ കരയിൽ പോയി മുഖം കഴുകുമ്പോൾ ചൂടിന്റെയും തണുപ്പിന്റെയും മിശ്രിതം മുഖത്ത് പെയ്യുന്നത് മകൾ അറിഞ്ഞില്ലെന്ന് നടിച്ചു.

*****

കളികാലം

ബി.സി.ആർ. റോളിംഗ് ട്രോഫിക്ക് വേണ്ടിയുള്ള ഇന്നത്തെ തീപാറുന്ന മത്സരം ഫുട്ബോൾ കൊണ്ട് മാന്ത്രിക മായാജാല പ്രകടനങ്ങൾ സൃഷ്ടിക്കുന്ന സൂര്യാ ഉദിനൂപറമ്പും കാൽപന്ത് കളിയിൽ കാൽപനിക വസന്തങ്ങൾ വിരിയിക്കുന്ന പ്രതിഭാ കക്കിടിപ്പുറവും...

ബി.സി.ആർ. ആർട്ട്സ് & സ്പോർട്ട്സ് ക്ലബ്ബ് വർഷാവർഷം സംഘടിപ്പിക്കുന്ന ഫുട്ബോൾ ടൂർണമെന്റിന്റെ പ്രചാരണ വാഹനമായ മൊയ്തുക്കയുടെ കാളവണ്ടി നാട്ടുകാർ ഗോതമ്പ് റോഡെന്ന് വിളിക്കുന്ന പഞ്ചായത്ത് പാതയിലൂടെ പൊടിപറത്തി, മണികിലുക്കി കടന്നുപോകുന്നതിനിടയിലാണ് മേലേതിലെ സാവിത്രിയുടെ ചെക്കൻ അഖിൽ പുതുതായി വാങ്ങിയ ഹോണ്ട ആക്ടീവ ഹോണടിച്ച് പറപ്പിച്ചുവിട്ടത്. വീൽ ചെയറിൽ ചാഞ്ഞിരുന്ന് ഒരുകാൽ ഉമ്മറത്തിണ്ണയിലേക്ക് കയറ്റിവെച്ച് ഒന്നു മയങ്ങിയതായിരുന്നു ഗോവിന്ദൻ. തന്നെ കണ്ടാൽ അല്ലെങ്കിലും അവന്റെ നീലക്കുയിലിന് സ്പീഡിത്തിരി കൂടുതലാണ്. നീലക്കുയിലെന്നല്ല വെട്ടുപോത്തെന്നാണ് പേരിടേണ്ടത്. നിർത്താതെയുള്ള ഹോണടിയും ചെരിഞ്ഞു നോട്ടവും. ഒന്നരക്കാലനായ ഗോവിന്ദന്റെ പകലുറക്കങ്ങളോടുള്ള പരിഹാസമാണ് ചെക്കന്. ഈ ഉറക്കങ്ങളിലാണ് അയാൾ പഴയതുപോലെ പ്രസരിപ്പോടെ നിവർന്നു നടക്കുന്നതെന്ന് അവനെന്തറിയാം. അവന്റെ പ്രായം അത്. അയാൾ മുൻകൈയ്യെടുത്താണ് ചരലുകൾ നിറഞ്ഞ കുണ്ടനിടവഴി അവന്റെ നീലക്കുയിലിന് പറക്കാൻ പാകത്തിൽ ഈ പരുവത്തിലായതെന്ന് ചെക്കനറിയില്ലെങ്കിലും അമ്മ സാവിത്രിക്കറിയാം.

സൂര്യ ഉദിനുപറമ്പ് ആർട്സ്& സ്പോർട്ട്സ് ക്ലബ്ബിന്റെ അമ്പതാം വാർഷികത്തിന് ക്ഷണിക്കാൻ വന്നതായിരുന്നു ക്ലബ്ബിന്റെ ഭാരവാഹികളായ ചെറുപ്പക്കാർ.

“നമ്മുടെ ക്ലബ്ബിന്റെ ഗോൾഡൻ ജൂബിലിക്ക് ഗോവിന്ദേട്ടനെ ആദരിക്കാൻ കമ്മിറ്റി തീരുമാനിച്ചു. മുഖ്യ അതിഥിയായി വല്ല രഞ്ജിക്കാരനെയും സംഘടിപ്പിക്കാമെന്ന് മോഹനേട്ടൻ ഏറ്റിട്ടുണ്ട്. ഫുട്ബാളുകാർക്കൊന്നും ഇപ്പോ ആളു കൂടില്ല. സമ്മേളനം കഴിഞ്ഞാൽ ഒരു ഗാനമേള. അ

താണ് കമ്മിറ്റിയുടെ തീരുമാനം."

ചെറുപ്പക്കാരിൽ ഉയർന്ന ഭാരവാഹിയെന്ന് തോന്നുന്നയാൾ പറഞ്ഞു.

"ഗോവിന്ദേട്ടനൊക്കെ കളിച്ചിരുന്ന ആ കാലം ഇന്നും എന്റെ കൺമുന്നിലുണ്ട്. ഞങ്ങളുടെയൊക്കെ ചെറുപ്പത്തിലെ ഹീറോ ഗോവിന്ദേട്ടനായിരുന്നു."

പാതിക്കു വെച്ച് മുറിച്ചുകളഞ്ഞ വലംകാലിലേക്ക് നോക്കി മറ്റൊരാൾ പറഞ്ഞപ്പോൾ കളിക്കമ്പത്തിൽ ഒന്നാമനായിരുന്നെങ്കിലും കളിക്കളത്തിൽ അത്രക്കൊന്നും സാധിക്കാനായില്ലെന്ന് ഓർത്ത് ഗേവിന്ദൻ വെറുതെ പുഞ്ചിരിച്ചു.

"ചായ വെക്കാൻ ഇവിടാരുമില്ല." കമ്മിറ്റിക്കാർ ഇറങ്ങാൻ നേരത്ത് ഗോവിന്ദൻ പറഞ്ഞു.

"ഒന്നും വേണ്ട ഗോവിന്ദേട്ടാ, അടുത്തമാസം പന്ത്രണ്ട്. മറക്കണ്ടാ."

"അങ്ങനെയാവട്ടെ."

നെറ്റെന്നാൽ ഗോൾവലയെന്നർത്ഥമുണ്ടായിരുന്ന കാലം.

മയങ്ങാൻ തുടങ്ങുമ്പോൾ മൊയ്തുക്കയുടെ കാളവണ്ടിക്കിലുക്കം ഓർമ്മപ്പെടുത്തുന്ന മാഞ്ഞുപോയ കളികാലം.

വേനൽക്കാലമായാൽ പൂരപ്പറമ്പുകൾപോലെ കൊയ്ത്ത് കഴിഞ്ഞ പാടങ്ങൾ കാൽപന്ത് കളിക്കളങ്ങളായിരുന്ന, വളരെ വിദൂരമൊന്നുമല്ലാതിരുന്ന കാലം. ഓരോ പാടത്തും കട്ടകൾ പൊടിഞ്ഞ് വെണ്ണീറ് പരുവത്തിലായ കളിക്കണ്ടങ്ങൾ രണ്ടോ മൂന്നോ എങ്കിലുമുണ്ടാകും. അതിനോടനുബന്ധിച്ച് ചെറിയ ചെറിയ കൂട്ടായ്മകളും വയലുകൾക്ക് തീ പിടിക്കുന്ന സെവൻസ് ടൂർണമെന്റുകളുടെ വീറു നിറഞ്ഞ ആർപ്പുവിളികളും.

അത്തരത്തിൽ പേരുകേട്ട ഒരു ടൂർണ്ണമെന്റായിരുന്നു ബി.സി.ആർ. ആർട്സ് & സ്പോർട്സ് ക്ലബ്ബ് എല്ലാക്കൊല്ലവും നടത്തിവന്നിരുന്ന സെവൻസ് മത്സരം. വിശാലമായ ഒരുപ്പാക്ക് പാടത്തിന്റെ ഒത്ത നടുക്ക് വേട്ടോൻകുളത്തോട് ചേർന്ന് നിൽക്കുന്ന ചെങ്കല്ലിന്റെ ഒറ്റമുറിയായിരുന്നു ബി.സി.ആർ. ആർട്സ്& സ്പോർട്സ് ക്ലബ്ബ്. ക്ലബ്ബിനോട് ചേർന്ന് വലിയ നെടുവരമ്പോരത്ത് മഴയും വെയിലും കൊണ്ട് കറുത്തു കരുവാളിച്ച, പുല്ലു മുളച്ചു നിൽക്കുന്ന പുരാതനമായൊരത്താണി. ക്ലബ്ബിന് മുൻവശത്ത് വിശാലമായ ഊർച്ചക്കണ്ടം. വർഷക്കാലത്ത് കാളയൂർച്ച മത്സരങ്ങളും വേനലുകളിൽ സെവൻസ് മാമാങ്കവും അരങ്ങേറുന്ന നാടിന്റെ ഗുരുത്വാകർഷണ കേന്ദ്രം. വേട്ടോൻകുളവും പുരാതനമായ അത്താണിയും വിശാലമായ ഊർച്ചക്കണ്ടവും എല്ലാംകൂടി ബി.സി.ആറിന് ഒരലൗ

കിക സൗന്ദര്യം തന്നെയായിരുന്നു. ആർട്സും സ്പോർട്സുമായി ഫുട്ബോൾ മാത്രം നിറഞ്ഞുനിന്നിരുന്ന ബി.സി.ആർ.ന് സൂര്യ ഉദിനുപറമ്പിന്റെയും, പ്രതിഭാ കക്കിടിപ്പുറത്തിന്റെയും സംഘം ആലങ്കോടിന്റെയുമൊന്നും പുറംമോടിയും പണക്കൊഴുപ്പും അവകാശപ്പെടാനില്ലെങ്കിലും അപ്പുട്ടനെപ്പോലെ എണ്ണം പറഞ്ഞ കളിക്കാരെക്കൊണ്ട് സമൃദ്ധമായിരുന്നു ബി.സി.ആർ. അതുകൊണ്ടുതന്നെ ബി.സി.ആറിനെ തളയ്ക്കുക എന്നത് ചുറ്റുവട്ടത്തുള്ള മറ്റു ക്ലബ്ബുകൾക്കെല്ലാം ഒരു നടക്കാത്ത സുന്ദരമായ സ്വപ്നമായിരുന്നു. തലതിരിഞ്ഞ സ്വപ്നസാക്ഷാത്കാരത്തിനായാണ് സാമ്പത്തികത്തിൽ മുന്നിട്ടുനിന്നിരുന്ന സൂര്യ ഉദിനുപറമ്പ് തങ്ങളുടെ അഭിമാനമായ ബി.സി.ആർ. റോളിംഗ് ട്രോഫിക്കു വേണ്ടി തിരൂര് നിന്നും നല്ല ഒന്നാംതരം പ്രൊഫഷണൽ കളിക്കാരെ ഇറക്കി തുടർച്ചയായി വിജയങ്ങൾ കൊയ്തിരുന്നത്. അപ്പുട്ടനെപ്പോലെ പന്തടക്കവും, വേഗതയുമുള്ള ഒരു ഫോർവേഡ് നയിക്കുന്ന ബി.സി.ആറിനെപ്പൂട്ടാൻ വേറെ വഴിയൊന്നും സൂര്യാ ഉദിനുപറമ്പിനുണ്ടായിരുന്നില്ല. നാട്ടുകാരുടെ കാണിമനസ്സ് തിരൂർ സാമൂതിരിമാർക്ക് മുന്നിൽ പിടഞ്ഞു വീഴുന്ന ബി.സി.ആർ. ചാവേറുകൾക്കൊപ്പമായിരുന്നെങ്കിലും ട്രോഫി മാത്രം സൂര്യാ ഉദിനുപറമ്പിന്റെ ചുവപ്പിൽ നീല പെയ്ന്റടിച്ച വലിയ മുറിയിലെ ഇരുമ്പലമാരക്ക് മുകളിൽ തന്നെയാണ് ഇരിപ്പുറപ്പിച്ചത്.

തിരൂർക്കാർ കളിക്കാനിറങ്ങുന്ന സൂര്യാ ഉദിനുപറമ്പിനു വേണ്ടി നാട്ടുകാരനായി ഗോവിന്ദൻ മാത്രമേ കളത്തിലിറങ്ങിയിരുന്നുള്ളൂ. തന്റെ പ്രിയപ്പെട്ട പത്താം നമ്പർ മഞ്ഞ ജഴ്സിയണിഞ്ഞ് 'ഉണ്ടക്ലൂ' എന്ന് നാട്ടുകാർ കളിയാക്കിയിരുന്ന ഉയരം കുറഞ്ഞ ചുരുളൻ മുടിക്കാരനായ, കാഴ്ചയിൽ ഒരു വിദൂര മറഡോണ ഛായയുള്ള ഗോവിന്ദൻ തിരൂരു നിന്നും വരുന്ന മറ്റു കളിക്കാരോടൊത്ത് കളത്തിലിറങ്ങും. ടോസിട്ട് കഴിഞ്ഞാൽ കളത്തിനു പുറത്ത് പവലിയനിൽ പോയിരിക്കും. ഓരോ നീക്കങ്ങളിലും തന്റെ ടീമിനെ വിസിലടിച്ച്, കൈ കൊട്ടി ആവോളം പ്രോത്സാഹിപ്പിക്കും. തമ്മിൽ തമ്മിലുള്ള ചെറിയ കളികളിലല്ലാതെ ഒരു മേജർ ടൂർണമെന്റിൽപ്പോലും ഗേവിന്ദൻ കളിച്ചിട്ടില്ല. അതിനുള്ള കോപ്പൊന്നും തനിക്കില്ലെന്ന് അയാൾക്കുമറിയാം.

ആരു കളിക്കുന്നുവെന്നതിനേക്കാൾ ആരു ജയിക്കുന്നുവെന്ന ജീവൻ മരണ പോരാട്ടങ്ങളിലെല്ലാം പക്ഷേ, സൂര്യാ ഉദിനുപറമ്പിന്റെ ക്യാപ്ടൻ ഗേവിന്ദനായിരുന്നു. കരയിലിരുന്നുള്ള ഈ നായകത്വം അദ്ദേഹത്തിന്റെ ജന്മാവകാശമായി മറ്റ് ഉദിനുപറമ്പുകാർ തീറെഴുതിക്കൊടുത്തതുമാണ്.

സർബത്തും നന്നാരിയും കുടിക്കാനാണ് ജഴ്സിയണിയുന്നതെന്ന്

ചില ദോഷൈകദൃക്കുകൾ കളിയാക്കുമെങ്കിലും ഗോവിന്ദൻ അതൊന്നും കാര്യമാക്കാറില്ല. കാരണം അയാൾക്ക് ഫുട്ബാൾ വെറുമൊരു കളിയല്ല. താൻ ജീവിച്ചിരിക്കുന്നുവെന്നതിന്റെ അടയാളമാണ്. കക്കിടിപ്പുറം സ്ക്കൂളിലെ അഞ്ചാം ക്ലാസിലെ പിൻബെഞ്ചിലിരുന്ന് അമ്മിണി ടീച്ചറുടെ ഭൂമിശാസ്ത്രം ക്ലാസിൽ വെച്ച് തുടങ്ങിയതാണ് കാൽപന്തിനെ ഭൂഗോളമായി സങ്കല്പിച്ച് ഒരു അപ്പൂപ്പൻതാടി പോലെ അതിനു ചുറ്റുമുള്ള പാറി നടക്കൽ.

"ഭൂമിയുടെ ആകൃതി എന്താണ്?" പിൻബെഞ്ചിലിരുന്ന് ഉറക്കത്തിൽ ഒരു പന്തുകളി സ്വപ്നം കാണുന്നതിനിടയിൽ ചോക്കുകഷണം കൊണ്ടെറിഞ്ഞ് ഗോവിന്ദനോട് അമ്മിണി ടീച്ചർ ചോദിച്ചു. സ്വപ്നഭംഗിതൻ ചുറ്റും നോക്കി തലചൊറിഞ്ഞു കൊണ്ട് പറഞ്ഞു. 'പന്ത്.' ക്ലാസ് മുഴുവൻ ഒരു നിമിഷം അവനെ നോക്കി ചിരിച്ചു. ചിരിക്കിടയിൽ ടീച്ചർ പറഞ്ഞു. "ഉത്തരം ശരിയാണ്. ഗോളാകൃതി."

അന്നു തുടങ്ങിയതാണ് ഒരിക്കലും അവസാനിക്കാത്ത, തുടങ്ങിയേടത്തുനിന്നു തന്നെ വീണ്ടും വീണ്ടും തുടങ്ങുന്ന ഈ വിചിത്രയാനം. കളപ്പുരക്കിലെ രാമേട്ടന്റെ പലചരക്ക് കടയിൽ നിന്നും സാമാനങ്ങൾ പൊതിഞ്ഞുകൊണ്ടുവരുന്ന കീറക്കടലാസുകൾ ചുരുട്ടി ചാക്കുനൂലുകൊണ്ട് ഭദ്രമായി വരിഞ്ഞുകെട്ടിയുണ്ടാക്കുന്ന കടലാസ് പന്തും റബ്ബർ പന്തും കടന്ന് അതു കാറ്റടിച്ചു വീർപ്പിക്കുന്ന ഫുട്ബാളിലെത്തിയെന്ന് മാത്രം. പാടത്തിറങ്ങാനാവാത്ത കറുത്ത മഴമാസങ്ങളിലെ നനഞ്ഞ അപ്പൂപ്പൻതാടിയുടെ അശാന്തിയും ശ്വാസംമുട്ടലുമായിരുന്നു അക്കാലങ്ങളിലെ ഗോവിന്ദന്റെ ഓരേയൊരു ദാർശനികവ്യഥ.

ഒരിക്കലെങ്കിലും ടൂർണമെന്റിൽ കളിക്കണമെന്നില്ലാഞ്ഞിട്ടല്ല. തിരൂരു നിന്നും വരുന്ന ഒന്നാംനിര ക്ലബ്ബുകളിലെ എണ്ണം പറഞ്ഞ സെവൻസ് കളിക്കാരും അവരുടെ വേദനിക്കുമ്പോളടിക്കുന്ന സ്പ്രേ, അടിയിൽ ആണിവെച്ച ബൂട്ടുകൾ, സെറ്റപ്പുകൾ, എല്ലാററിനുമുപരി കണക്ക് കൂട്ടിയതുപോലെ അളന്നു കുറിച്ച പാസുകൾ, പന്തടക്കം, വേഗത എല്ലാം കാണുമ്പോൾ ഗോവിന്ദൻ സ്വയം ഉൾവലിഞ്ഞു നില്ക്കും. അതിനോടൊപ്പം എത്താനുള്ള മിടുക്ക് തനിക്കില്ലെന്നറിഞ്ഞ് സ്വയം ഒഴിഞ്ഞു നിൽക്കുമ്പോഴുള്ള ഏക സമാധാനം സൂര്യയുടെ പ്രസിഡന്റ് ഉണ്ണിയേട്ടന്റെ വാക്കുകളാണ്. "ആരു കളിച്ചാലും കപ്പുയർത്തുന്നത് ക്യാപ്ടനായ നീയല്ലേടാ."

കീമോകളുടെ ഇടവേളകളിൽ ഒന്നിൽ കുറ്റിപ്പാലയിലെ ഭാര്യവീട്ടിലേക്ക് അവസാനമായി ഉണ്ണിയേട്ടനെ കാണാൻ ഗോവിന്ദൻ ചെന്നപ്പോൾ

തലയിലെ രോമത്തൊപ്പിയൂരി മെലിഞ്ഞവശനായ ഉണ്ണിയേട്ടൻ തമാശ പറഞ്ഞു പതിയെ ചിരിച്ചു.

"പട്ടത്തെ കളിക്കണ്ടം പോലെയായെടാ ഇപ്പോ എന്റെ തല."

സൂര്യാ ഉദിനുപറമ്പിന്റെ കളിക്കളമായിരുന്നു പട്ടത്തുകാരുടെ വലിയ മൂന്നു കണ്ടങ്ങൾ. വേനലിൽ കളിയും വർഷത്തിൽ കൃഷിയും.

"കഴിഞ്ഞാഴ്ച അവിടെ മണ്ണടിച്ചൂന്ന് കേട്ടു. തെങ്ങുംതൈ വെക്കാനാണത്രേ. ഭാഗംവെപ്പിൽ ബോംബെയിലുള്ള ആർക്കോ ആണ് ആ സ്ഥലം. അയാളത് പറമ്പാക്കി വിൽക്കാനാണ് സാധ്യത."

ആ കിടപ്പിൽ നിന്ന് ഉണ്ണിയേട്ടൻ എണീറ്റില്ല.

പിന്നെപ്പിന്നെ കണ്ണെത്താത്ത പച്ചപ്പാടങ്ങളുടെ നടുവിലൂടെയൊഴുകുന്ന വലിയ തോട്ടുവരമ്പുകളിലൂടെ റോഡുകൾ നുഴഞ്ഞുകയറി. ആ റോഡുകളിലൂടെ തെങ്ങും കവുങ്ങും വാഴയും മാവും പാടത്തിറങ്ങി. ഞാറ്റുവേലകളും, കൊയ്ത്തുപാട്ടുകളും ചേറ്റിൻമണമുള്ള കാറ്റിനൊപ്പം അവർക്ക് വഴിമാറി. പറമ്പുകളായ കണ്ടങ്ങളിൽ കോൺക്രീറ്റ് സൗധങ്ങളുയർന്നു. നാലുഭാഗങ്ങളിൽ നിന്നും ഞെരിക്കപ്പെട്ട പാടങ്ങളിൽ നിന്ന് പൊട്ടിച്ചൂട്ടുകളുടെയൊപ്പം കാൽപന്ത് കളിയുടെ ആരവങ്ങളും കുന്നുകയറി. ഉള്ള കുറച്ച് നനവുകളിൽ ക്രിക്കറ്റ് കളിയുടെ മൂന്നു കമ്പുകൾ മുളച്ചുപൊന്തി.

സൂര്യാ ഉദിനുപറമ്പ് അതിന്റെ പ്രതാപകാലം കഴിഞ്ഞ് വെറുമൊരു പേരു മാത്രമായി. കാരംസും ചീട്ടുകളിയും പിന്നെ വാങ്ങിവെച്ച ടി.വി.യിലെ പരിപാടി പൊടിപൂരങ്ങളും മാത്രമായി വിനോദങ്ങൾ. ബുദ്ധിജീവികളും വായനക്കാരും വയറ്റുപിഴപ്പ് തേടി നാടുവിട്ടതോടെ ആർക്കും ആവശ്യമില്ലാതായ പുസ്തകശേഖരം ചിതലെടുത്തു. ആരൊക്കെയോ ഓർമ്മിപ്പിക്കുന്നതിന്റെ ഭാഗമായി ചില ചടങ്ങുകൾ, വാർഷികങ്ങൾ. സൂര്യാ ഉദിനുപറമ്പ് പേരിനെങ്കിലുമുണ്ട്. ബി.സി.ആർ. എന്ന വലിയ കറുത്ത ബോർഡിലെ വെളുത്ത അക്ഷരങ്ങൾക്കൊപ്പം ഒരുപ്പാക്കിലെ നടുപ്പാടത്ത് തലയുയർത്തി നിന്ന ചെങ്കല്ലിന്റെ ഒറ്റ മുറിയും ഇടിഞ്ഞുപൊളിഞ്ഞ് പഞ്ചഭൂതങ്ങളിൽ ലയിച്ചു. സംഘം ആലങ്കോടും പ്രതിഭാ കക്കിടിപ്പുറവും ഏതാണ്ടിങ്ങനെയൊക്കെത്തന്നെ. വൈകുന്നേരങ്ങളിൽ ബാറിലും ബിവറേജസുകളിലും തിരുവാതിര കളിക്കുന്ന ചെറുപ്പങ്ങൾക്ക് ഫുട്ബോളും ഓൾഡ് ജനറേഷനായി.

ഇന്നും രാത്രികളിൽ ദേവികയും മക്കളുമുറങ്ങിയാൽ ഗോവിന്ദൻ കടയുന്ന പകുതി കാൽ തടവികൊണ്ട് ഒറ്റക്ക് ടി.വി. കണ്ടുകൊണ്ടിരിക്കും. സ്പോർട്സ് ചാനലുകൾ. അതിൽത്തന്നെ ഫുട്ബോളിന് മാത്രമായു

ള്ളവ. അവയിൽ തുടർച്ചയായി പുട്ബോൾ മത്സരങ്ങളാണ്. കേട്ടറിവ് പോലുമില്ലാത്ത വർണ്ണശബളമായ ക്ലബ്ബുകളും ടീമുകളും. വ്യത്യസ്ത വേഷഭൂഷണങ്ങളും, ഭാവഹാവാദികളും കൊണ്ട് മൈതാനത്തെ പൂരപ്പറമ്പാക്കുന്ന കളിക്കാർ. ചോരകളിൽ വൈകാരിക സർഗ്ഗാത്മകത പൊട്ടിയൊലിക്കുമ്പോൾ ഗാലറിയെ ഭ്രാന്താലയമാക്കുന്ന കാണികൾ. അറിയാത്ത ഭാഷകളിലുള്ള കമന്ററികൾ. എന്നിട്ടും കമന്ററിക്കാരന്റെ ആരോഹണാവരോഹണങ്ങളിൽ ശ്വാസം അടക്കിപ്പിടിച്ച് ഗോവിന്ദൻ സഹയാത്ര ചെയ്യുന്നു. ഉത്കണ്ഠയുടെ മുൾമുനകൾ. നിരാശയുടെ പാതാളങ്ങൾ. കാലുകളും കാൽപന്തും തമ്മിലുള്ള വിനിമയങ്ങളിൽ ഭാഷ കളിക്കാരനും അർത്ഥം ഗോളുകളുമാകുന്ന രാസപരിണാമങ്ങൾ. അതിന്റെ വ്യാകരണം രക്തത്തിലെ ശ്വേത സത്യമായറിയുന്ന ഗോവിന്ദൻ കാൽപന്ത് കളി കാണുമ്പോൾ വീണ്ടും പഴയ കൊയ്തൊഴിഞ്ഞ വയലുകളിലേക്ക് പത്താം നമ്പർ മഞ്ഞ ജഴ്സിയുമണിഞ്ഞിറങ്ങുന്നു. പാടങ്ങൾക്കരികിൽ ഉയർന്ന കുവുങ്ങിൻതോട്ടങ്ങളിൽ കളി കാണാനിരിക്കുന്നവരുടെ ആർപ്പുവിളികൾ. അതിൽ തന്നെ മാത്രം നോട്ടമിട്ട്, തന്റെ കണ്ണുകൾ അറിയാതെ പാളിച്ചെല്ലുമ്പോൾ താനേ കുനിയുന്ന ഒരു ഹൃദയത്തിന്റെ സുഗന്ധം.

പല രാത്രികളിലും ഒരുറക്കത്തിൽ നിന്ന് മറ്റൊരുറക്കത്തിലേക്ക് തിരിഞ്ഞു കിടക്കുമ്പോൾ ഗോവിന്ദന്റെ ഓർക്കാപ്പുറത്തുള്ള കയ്യടി കേട്ട് ഞെട്ടിയുണർന്ന് അയാളെ പ്രാകി വീണ്ടും തന്റേതായ ഉറക്കങ്ങളിലേക്ക് താണു പോകാറുണ്ട് ദേവിക. മകൾ പക്ഷേ, ക്രിക്കറ്റിന്റെ ആളാണ്. ഐ.പി.എൽ. വന്നാൽ പിന്നെ പറയുകയും വേണ്ട. “ഈ അച്ഛനെന്നാണെന്റെ ദൈവമേ നേരം വെളിച്ചമാവുക.”

ഞരമ്പു മുറിയൻ സീരിയലുകൾ മാത്രമേ കാണൂ എന്ന് വാശിപിടിക്കുന്ന ദേവികക്ക് മറ്റെല്ലാറ്റിനോടും ഒരുതരം പുച്ഛമാണ്. ഒരിക്കലും അവസാനിക്കാത്ത മെഗാ സീരയലുകളുടെ ഒരെപ്പിസോഡിൽ നിന്ന് അടുത്തതിലേക്കുള്ള പിരിമുറുക്കമാണ് അവൾക്ക് ജീവിതം. “ഒന്നരക്കാലേ ഉള്ളെങ്കിലും മറഡോണയാണെന്നാണ് നിന്റെ അച്ഛന്റെ വിചാരം.” ദേവിക ഗോവിന്ദനെ പുച്ഛം പരകോടിയിലെത്തുമ്പോൾ വിളിക്കാറുള്ളതും അവൾക്കാകെയറിയാവുന്ന ആ ഫുട്ബാൾ കളിക്കാരന്റെ പേരുതന്നെയാണ് മറഡോണ!.

ഗോവിന്ദന്റെ സമകളിക്കാരിൽ മിക്കവരും മറഡോണയുടെ ആരാധകരായിരുന്നു. അക്കാലത്തെ ട്രെന്റായ ദൈവത്തിന്റെ കൈകളേക്കാൾ ഗോവിന്ദൻ ഡച്ചിന്റെ ഓറഞ്ചുപടയുടെ ആളായിരുന്നു. എതിർ ഗോൾമു

ഖം കൊത്തിപ്പറിക്കുന്ന ഗുള്ളിറ്റും വാൻബാസ്റ്റനുമടങ്ങുന്ന ഓറഞ്ച് കുരുവികൾ. മഠത്തിലെ രാധേട്ടൻ ആയിടക്ക് വാങ്ങിയ നാട്ടിലെ ആദ്യത്തെ ബ്ലാക്ക് & വൈറ്റ് ടി.വിയിൽ രാത്രി ഉറക്കമൊഴിച്ച് രണ്ടു ടീമുകളും ഏതാണ്ട് ഒരുപോലെ തോന്നിച്ച ലോകകപ്പ് ഫുട്ബോൾ മത്സരങ്ങൾ കണ്ട് കയറിയ ഹരം അങ്ങനെ തുടർന്നു. പക്ഷേ, ഗോവിന്ദന്റെ താരം എന്തുകൊണ്ടെന്നറിയില്ല അയാൾ കളി നിർത്തിയതിനു ശേഷം കളത്തിലിറങ്ങിയ ഫ്രാൻസിന്റെ പ്ലേമേക്കർ സിനദിൻ സിദാനായിരുന്നു. അസാധ്യങ്ങളെ സുസാദ്ധ്യമാക്കുന്ന, ശൂന്യതകളിൽ കളി മുളപ്പിക്കുന്ന മൈതാനത്തിന്റെ റിങ്മാസ്റ്റർ. എല്ലാറ്റിനുമുപരി കളിക്കളത്തിലെ അയാളുടേതു മാത്രമായ ഇടം, ഏകാന്തമായ അന്തർമുഖത എന്തുകൊണ്ടോ ഗോവിന്ദൻ വളരെ ഇഷ്ടപ്പെട്ടു. സിദാനു വേണ്ടി മാത്രം ഗോവിന്ദൻ ഫ്രാൻസിന്റെ വെള്ളക്കുതിരകളെ സ്നേഹിച്ചു. കാര്യകാരണങ്ങൾക്കിടമില്ലാത്ത വെറും സ്നേഹങ്ങൾ. ഇറ്റലിയുമായുള്ള ലോകകപ്പ് ഫൈനലിൽ നിന്ന് ചുവപ്പു കാർഡ് കണ്ട് പുറത്തേക്ക് നടക്കുന്ന സിദാന്റെ ഏകാന്തതയിൽ ഗോവിന്ദൻ രാത്രി ഒറ്റക്കിരുന്ന് വാവിട്ട് കരഞ്ഞിട്ടുണ്ട്.

ഉയർത്തി അലങ്കരിച്ച സ്റ്റേജ്. അപ്പുറമിപ്പുറമിരിക്കുന്ന വി.ഐ.പി.കളുടെ നടുക്കായി ഗോവിന്ദൻ. സ്റ്റേജിനു താഴെ നിരത്തിയിട്ടിരിക്കുന്ന കസേരകളിൽ ഉദിനുപറമ്പിലെയും ചുറ്റുവട്ടത്തെയും മാന്യമഹാജനങ്ങൾ. സ്റ്റേജിനു തൊട്ടുതാഴെ ആദ്യവരിയിൽ ഉള്ളിലെ സന്തോഷത്തിരതള്ളൽ ശരീരത്തിലണിഞ്ഞ് ആദ്യമായി കാണുന്നതുപോലെ ഗോവിന്ദനിൽ തറഞ്ഞിരിക്കുന്ന ദേവികയും വിടർന്ന മുഖവും മിഴിച്ച കണ്ണുകളുമായി അമ്മയോടെന്തോ പറഞ്ഞു ചിരിക്കുന്ന മോളും.

ഉദ്ഘാടകൻ ഉപസംഹരിക്കുകയാണ്.

“കാൽപന്ത് കളിയിലെ ഉദിനൂപറമ്പിന്റെ മേൽവിലാസം ഒരു കാൽ നഷ്ടപ്പെട്ട, ഇന്നത്തെ മുഖ്യാതിഥിയായ ശ്രീ.ഗോവിന്ദനാണ്. അദ്ദേഹത്തിന് കാലു മാത്രമേ നഷ്ടപ്പെട്ടിട്ടുള്ളൂ. നമുക്കാണെങ്കിൽ കളി തന്നെ മുഴുവനായും നഷ്ടമായിരിക്കുന്നു. ആരൊക്കെയോ കാണിക്കുന്ന കോപ്രായങ്ങൾക്ക് കയ്യടിക്കാൻ വിധിക്കപ്പെട്ട കോമാളികളായിരിക്കുന്നു നാമിന്ന്. നമ്മുടെ കുട്ടികളുടെ മനസ്സുകളിലേക്ക് കളിയാരവങ്ങൾ തിരിച്ചു വരട്ടെയെന്ന് പ്രാർത്ഥിച്ചുകൊണ്ട്...”

ദേവികയും മോളും ദേവികയുടെ മുതലാളിയുടെ വെളുത്തുനീണ്ട കാറിൽ വീട്ടുപടിക്കൽ ഒഴുകിവന്നിറങ്ങുമ്പോൾ ഗോവിന്ദൻ സൂര്യാ ഉദിനുപറമ്പിന്റെ വാർഷികാഘോഷച്ചടങ്ങിലായിരുന്നു. പടിക്കലെ പതിവ് കാഴ്ചകളിലേക്ക് നിർന്നിമേഷനായി അയാൾ മുറിയൻ കാൽ പതുക്കെ

തലോടി. ഒരു ചെറിയ പുണ്ണിൽ തുടങ്ങി കാല് മുട്ടിനൊപ്പം മുറിക്കുന്നത് വരെയെത്തി കാര്യങ്ങൾ. ആദ്യമൊന്നും വഴങ്ങിയില്ലെങ്കിലും ശരീരം മുഴുവൻ പുണ്ണായ്പൂത്തുപോകുന്ന സ്ഥിതി വന്നപ്പോൾ സമ്മതിക്കേണ്ടി വന്നു. ജീവനിരിക്കുന്ന അവസാന അവയവം എവിടെയാണെന്ന് പകൽ മയക്കങ്ങളുടെ ഇടവേളകളിൽ ഗോവിന്ദൻ വെറുതെ ആലോചിക്കാറുണ്ട്. പ്രാണൻ അതിനടുത്തെത്തും വരെ ഓരോന്നായ് നഷ്ടപ്പെടുത്തുക. സർവ്വ സൈന്യങ്ങളും നഷ്ടപ്പെട്ട് എതിരാളിക്ക് മുന്നിൽ ഗോൾ പോസ്റ്റിൽ നിസ്സഹായനായ ഗോളി. അവസാനത്തെ ചെക്ക്... ഉന്മാദികളായ വിജയികൾ ജഴ്സിയൂരി മലക്കം മറിഞ്ഞ്... തോൽക്കുന്നവർ മാത്രം ഏകാന്തതയിൽ സ്വയം നിഷിച്ച്.... ആദ്യത്തെ ഒന്നുരണ്ട് മാസങ്ങൾ പിടിച്ചു നിൽക്കാൻ നന്നേ പണിപ്പെട്ടു. പിന്നെപ്പിന്നെ എല്ലാറ്റിനോടും ഒരു പൊരുത്തപ്പെടൽ. രാജി.

ദേവിക കമ്പനിയിലേക്ക് പോകുന്നതുകൊണ്ട് മോളുടെ പഠിപ്പും മരുന്ന് ചെലവുകളെല്ലാം ഇങ്ങനെ മുട്ടുകൂടാതെ കഴിഞ്ഞു പോകുന്നു.

ദേവിക കാറിനുള്ളിലേക്ക് തലയിട്ട് ഡ്രൈവർ സീറ്റിലിരിക്കുന്ന മുതലാളിയോട് ചിരിച്ചുകൊണ്ടെന്തോ പറഞ്ഞ് ടാറ്റാ കൊടുത്തു. അയാൾ കാറ് തിരിക്കുന്നതിനിടയിൽ മോളും അയാളോട് ബൈ പറഞ്ഞു. വെള്ളക്കൊറ്റി തിരിച്ചു പോകുന്നതു നോക്കി ദേവിക മനസ്സിനുള്ളിലെ അവളുടെ ആ ചിരി ചിരിച്ച് മോളുടെ കൈപിടിച്ച് ഒരു വിജേതയെപ്പോലെ ഒതുക്കുകൾ കയറി. ഗോവിന്ദനിരിക്കുന്ന ഭാഗത്തേക്ക് പാളി നോക്കി.

അയാൾ അപ്പോൾ മറ്റൊരു കളിക്കളത്തിൽ പരകായപ്രവേശത്തിന്റെ അദമ്യമായ വേദനകളിൽ തന്റെ പ്രിയതാരത്തിന്റെ ജഴ്സിക്കുള്ളിൽ വീർപ്പുമുട്ടുകയായിരുന്നു. പിന്നാലെ അസഭ്യവർഷങ്ങളുമായി ഇറ്റലിയുടെ മറ്ററാസി. മനസ്സിന്റെ ഫുട്ബാൾ മൈതാനങ്ങൾക്ക് തീപിടിച്ചു. പരമ്പരകളുടെ തീരാഖേദങ്ങളിൽ അമ്മയുടെ നനഞ്ഞ മിഴികൾ മനസ്സിൽ നീറി. പിന്നെ സംഭവിക്കുന്നതെന്തെന്നറിഞ്ഞില്ല. ബ്രസീലിനെ തകർത്ത വേൾഡ് കപ്പ് ഫൈനലിലെ ഹെഡറിനേക്കാൾ ശക്തിയിൽ ആ മൊട്ടത്തല മറ്ററാസിയിൽ ചെന്നു തറച്ചു. ഊക്കോടെ തലകൊണ്ട് വായുവിലിടിച്ച ഗോവിന്ദൻ വീൽച്ചെയറിൽ നിന്ന് ബാലൻസ് തെറ്റി താഴേക്ക് വീണു.

"അയ്യോ അമ്മേ, അച്ഛൻ..." എന്ന് മകളോടിവരുമ്പോൾ അയാൾ സിദാന്റെ തല താഴ്ത്തിയുള്ള, ശൂന്യമായ തിരിച്ചുപോക്കിലേക്ക് വിഷാദത്തോടെ മിഴിച്ചിരുന്നു.

*****

രാത്രിവണ്ടികൾ

ശബ്ദത്തോടെ അടച്ച വാതിലിനുമുന്നിൽ തന്നെത്തന്നെ തെറി വിളിച്ചു കൊണ്ട് നാഗരാജ് കുറച്ചു നേരം കൂടി നിന്നു. പിന്നെ എല്ലാ വെറുപ്പോടും കൂടി ഒന്നിച്ചൊരാട്ടാട്ടി തിരിച്ചു നടന്നു. കൂത്തിച്ചി, നേരെയാവില്ല.

സത്യം പറഞ്ഞാൽ ഇപ്പോൾ അരച്ചു കലക്കി വലിച്ചു കുടിക്കാനുള്ള ദേഷ്യമല്ല, അത്ഭുതമാണ് തോന്നുന്നത്. നന്ദിയില്ലാത്ത സാധനങ്ങൾ! കാലിൽ വലിയൊരു മുള്ളു തറഞ്ഞു കേറി. അമ്മാ... നാഗരാജ് ഒറ്റക്കാലിൽ നിന്ന് കണ്ണടച്ച് മുള്ളു വലിച്ചൂരി. നശിക്കേണ്ടള്ളൂ. വേദന ശിരസ്സിലേക്കു തുളഞ്ഞു കയറിയപ്പോഴാണ് നാഗരാജ് ഇരുട്ടറിഞ്ഞത്. മുൾക്കാടുകളുടെ കട്ടപിടിച്ച ഇരുട്ടിന്റെ ഗന്ധം. പൊട്ടിതിരിച്ചതുപോലെ ആദ്യമായി വഴിമാറിയിരിക്കുന്നു. നാഗരാജ് ഇരുട്ടിലേക്കു കൂർപ്പിച്ചു നോക്കി വഴി തിട്ടം വരുത്തി നടന്നു. വേദനയും വെറുപ്പും മുഖമാകെ ഇഴുകി നിറഞ്ഞിരുന്നെങ്കിലും അയാൾക്ക് ശിവക്കയെക്കുറിച്ചു തന്നെ വീണ്ടും വീണ്ടും ആലോചിച്ചു നടക്കേണ്ടി വന്നു. ശിവക്കയെ വെറുത്തു മാറ്റി നിർത്തിക്കൊണ്ടു തുടങ്ങാനാവുന്നില്ല. എന്താവാം പറ്റിയത്? എല്ലാം പതിവുപോലെത്തന്നെ. പുതുമ നശിക്കാത്ത തനിയാവർത്തനങ്ങൾ. എന്നിട്ടും...

നഗരത്തിൽ നിന്നു വിട്ടുമാറി, മൃഗാശുപത്രിയോടു ചേർന്നുള്ള ഒഴിഞ്ഞ സ്ഥലത്തെ പൊതുവിതരണവകുപ്പിന്റെ ഗോഡൗണിന്റെ രാത്രി കാവൽക്കാരനാണ് നാഗരാജ്. ഗോഡൗണിന്റെ നരച്ച മതിലിനു പിൻവശത്ത് വിശാലമായ മൈതാനവും മുൾത്തുറവകളും. അതിനപ്പുറത്ത് ചെറിയൊരു ഗ്രാമം. നാൽപതോളം ചെറിയ കുടിലുകൾക്കും രണ്ടു മൂന്നു ചായം തേച്ച ടെറസ്സു വീടുകൾക്കും അപ്പുറത്ത് സാമാന്യം വലിയൊരു തോട്, ചുവന്ന പാടങ്ങൾ. ഗോഡൗണിന്റെ മുൻവശത്ത്, ഗെയിറ്റിനോടു ചേർന്നു കിടക്കുന്ന വീരണ്ണന്റെ ചായക്കടയും കടന്ന് തടസ്സങ്ങളില്ലാതെ പരന്നു കിടക്കുന്ന തരിശുകളിലൊടുങ്ങുന്ന മണ്ണു റോഡ്. കപ്പലുകൾ പോലെ ഇഷ്ടികക്കളങ്ങൾ. തരിശുകൾക്കു നടുവിലൂടെ സമാന്തരങ്ങ

ളായ രണ്ടു റെയിൽപ്പാതകൾ. തരിശുകൾക്കൊടുവിൽ നീലക്കുന്നുകളുടെ ആരോഹണാവരോഹണങ്ങൾ.

ഗോഡൗണിന്റെ ഒതുക്കുകളിൽ ചാഞ്ഞിരുന്ന് നാഗരാജ് ബീഡികൾ ഒരോ പുകയും അറിഞ്ഞറിഞ്ഞു വലിച്ചു തീർക്കുമ്പോൾ പുകപോലെ തന്റെ ജീവിതവും അയാൾക്കു ചുറ്റും നൃത്തം വെക്കാൻ തുടങ്ങും. തങ്ങളുടെ നേരുകൾ വെളിപ്പെടുത്തുന്ന രാത്രിയും തരിശുകളും. അങ്ങനെയങ്ങനെ, ബീഡിക്കുറ്റികൾക്കും നാലുകട്ട ടോർച്ചിനും ഇരുമ്പുകെട്ടിയ മുളവടിക്കും നടുവിൽ ഒമ്പതരക്കുള്ള ഗുണ്ടക്കൽ വണ്ടി വരുന്നതും കാത്ത് നാഗരാജ് അക്ഷമയോടെ പുകയൂതിയൂതി നിറക്കും. ഇടക്കിടെ തരിശുകളിൽ നിന്ന് പിൻമടങ്ങി ഗോഡൗണിനു ചുറ്റും ടോർച്ചും വടിയുമെടുത്ത് ഒരു പ്രദക്ഷിണം. മുളവടി ഇരുമ്പുതൂണിൽ അടിച്ചു ശബ്ദമുണ്ടാക്കി, മൂന്നുനാലുവട്ടം കഴുത്തിൽ തൂക്കിയിട്ട വിസിലടിച്ച്, വിസിലടിയുടെ ഊക്കിൽ നിർത്താതെ ചുമച്ചുകൊണ്ട് വീണ്ടും ഒതുക്കിൽ പോയിരിക്കും.

അതാ, ഒമ്പതരയുടെ ഗുണ്ടക്കൽ തലയെടുത്തു പിടിച്ചു മൂളി വരുന്നു. വെളിച്ചത്തിന്റെ ഒരു മഞ്ഞച്ചേര! തുടിക്കുന്ന ഹൃദയത്തോടെ നാഗരാജ് അവസാന പുകയും ആഞ്ഞുവലിച്ച്, ബീഡിക്കുറ്റി കെടുത്തി എണീൽക്കുന്നു. മതിലിനു പിന്നിലെ പരിചിതമായ കുറുക്കുവഴികൾ. ശിവക്കയുടെ കുടിലിനു പിന്നിലെ കുളിമുറിയുടെ പിന്നിൽ പതുങ്ങിയിരുന്ന് ഒന്നു ചുമയ്ക്കുകയേ വേണ്ടൂ. കാത്തിരുന്നതുപോലെ മൊന്തയിൽ വെള്ളവുമെടുത്ത് തോർത്ത് തോളിലിട്ട് മഹാലക്ഷ്മി പതുക്കെയിറങ്ങി വരുന്നു. പിന്നെ അവളുടെ പിന്നാലെ. പിന്നഴക് ! മണലിന്റെ സ്നിഗ്ധത നിറഞ്ഞ വരുട്ടിച്ചാൽ. രാവിന്റെ ഘനമൗനത്തിൽ ശ്വാസോച്ഛ്വാസങ്ങളുടെ സപ്തസ്വരങ്ങൾ. ശിവക്കയുമായി വർത്തമാനം പറഞ്ഞിരുന്നാൽ നേരം പോകുന്നതറിയില്ല. അവസാനം അവർ അമ്മയെപ്പോലെ മുഖം പിടിച്ചുയർത്തി നിറത്തിൽ ചുംബിച്ച് നടക്കുമ്പോഴേക്കും മിക്കവാറും പതിനൊന്നിന്റെ മീറ്റർഗേജ് രാപ്താഡ് പാലത്തിൽ കയറിയിരിക്കും.

മുള്ളു കീറിയ മനസ്സുമായി നാഗരാജ് തന്റെ സ്ഥിരം സ്ഥാനത്തു ചെന്നു വീണു. മലകളിൽ നിന്ന് തണുത്ത കാറ്റടിക്കുന്നു. ഇടക്കിടെ മലയിടകളിൽ മിന്നുന്നുണ്ട്. മനസ്സിൽ ശിവക്കയുടെ നിരാസം മാത്രം. എത്രയൊക്കെ വട്ടം ചുറ്റിയിട്ടും ഒന്നും മനസ്സിലാകുന്നില്ല. നാഗരാജ് ഒരു ബീഡിയെടുത്തു കൊളുത്തി. നിശ്വാസത്തോടൊപ്പം പുക നീളത്തിൽ കാറ്റിലേക്കു വട്ടം ചുറ്റുന്നു. ഇന്നു പുകയ്ക്കും ചോദ്യങ്ങളേയുള്ളൂ.

പതിവുപോലെ എത്ര ചുമച്ചിട്ടും ഇന്നു ശിവക്ക വന്നില്ല. പിന്നിലെ

ഓലത്തടുക്കുകളിൽ ശബ്ദമുണ്ടാക്കിയപ്പോൾ ശിവക്ക വിളിച്ചു ചോദിച്ചു:

"ആരാദ്?"

"ഞാനാക്കാ" നാഗരാജ് പറഞ്ഞു.

"ഞാൻ ച്ചാൽ?"

"നാഗരാജക്കാ.."

പിന്നെ ശിവക്ക പതുക്കെ പറഞ്ഞു,

"നാഗരാജിപ്പോ പോ, ഞാൻ പുറത്തായി."

അയാൾ കുറച്ചു നേരം ആലോചിച്ചു നിന്നു. കട്ടപ്പല്ലൻ മനോഹരനാണ് ഇന്നത്തെ ശകുനം. നാശം.

തിരിഞ്ഞു നടക്കാൻ തുടങ്ങുമ്പോഴാണ് ഒരു പരുക്കൻ സ്വരം പിറുപിറുക്കുന്നത് കേട്ടത്.

പിന്നെ അടക്കാനായില്ല. ഹമ്പടി ഭദ്രകാളീ! വാതിലിൽ ആഞ്ഞൊരു തട്ട്. രണ്ടാമതും തട്ടുന്നതിനുമുമ്പ് ഭദ്രകാളി വാതിൽ പാതി തുറന്നു.

"നാഗരാജ് രാത്രി കളിക്കാൻ നിക്കരുത്." വാതിൽ തുറന്നതും അകത്തും പുറത്തുമല്ലാതെ നിന്ന ഭദ്രകാളി താക്കീതു പറഞ്ഞു. മനസ്സിൽ പെട്ടന്നു വന്നത് രണ്ടുഗ്രൻ തെറികളായിരുന്നു. ഭദ്രകാളി കുറെക്കൂടി ശബ്ദത്തിൽ ചിലയ്ക്കാൻ തുടങ്ങി.

" കണ്ണു വല്ലാതെ മഞ്ഞളിക്കണ്ട. ഞാനെന്താ.."

പിന്നെ നാഗരാജ് ഒന്നും കേട്ടില്ല. കണ്ണുകൾ ശരിക്കും മഞ്ഞളിച്ചിരിക്കുന്നു. എടീ ആനപ്പൊലയാടിച്ചീ, പതിവ്രതേ, സതി ലീലാവതീ - ശിവക്ക അതിനിടക്ക് വാതിൽ വലിച്ചിടച്ചിരുന്നു. നാലു ഭാഗത്തെ ഇരുട്ടിൽ നിന്നും തലകൾ വലിഞ്ഞു നോക്കുന്നു. ഇനി നിന്നാൽ പന്തികേടാണെന്നു തോന്നി നാഗരാജ് തിരിഞ്ഞു നടന്നു.

ബഹളത്തിനിടയിൽ ആ മഹാനുഭാവന്റെ മോന്തയൊന്നു കാണാനൊത്തില്ലല്ലോ എന്നോർത്ത് നാഗരാജ് വീണ്ടും കല്ലോതുക്കിൽ ചാഞ്ഞിരുന്ന് പുകയ്ക്കാൻ തുടങ്ങി. നാഗണ്ണന്റെ പെട്ടിക്കട അടച്ചതുകൊണ്ട് ചാരായത്തിനും മാർഗ്ഗമില്ല. ഈ പുകയല്ലാതെ വേറൊരു ഗതിയുമില്ല.

അല്ലെങ്കിലും ഇത്തരം തേവിടിച്ചികളെ നമ്പിയ തന്നെ വേണം പറയാൻ. ആഞ്ചാറുകൊല്ലങ്ങൾക്കു മുമ്പ് കള്ളവാറ്റുകാരനായ അവളുടെ ഭർത്താവ് മുനീന്ദ്രൻ റെയിൽപ്പാളത്തിൽ കഷ്ണങ്ങളായി കിടന്നന്നു തുടങ്ങിയതാണ് ഇവളീ പണി. ശിവക്കയുടെ നടവടികൾ സഹിക്കാൻ പറ്റാതെ വണ്ടിക്കു തലവെച്ചതാണെന്നും വൈൻഷാപ്പുടമ ചിദംബരം മുതലാളി ആളെവിട്ട് കൊല്ലിച്ചതാണെന്നു ഒരിക്കലും തീരാത്ത രണ്ടു തർക്കങ്ങൾ ഇന്നെല്ലാവരും മറന്നിരിക്കുന്നു. മുൾത്തുറവകളിലൂടെ കുറെ

ഓടിയ പോലീസ് നായകൾ തോട്ടിൻ കരയിൽ വഴിമുട്ടിയപ്പോൾ ആ കേസും മുനീന്ദ്രന്റെ പ്രാണൻ പോലെ അനന്തവായുവിൽ ലയിച്ചു.

ഒരു കണക്കിൽ താനിതിലപ്പുറവും അനുഭവിക്കണം. ഈ ദൈവത്തിന്റെ ഓരോരോ കളികൾ. അയാൾക്ക് ആത്മനിന്ദയും ഭാര്യ നല്ലമ്മയോട് വല്ലാത്തൊരു വേദനയും തോന്നി. പാവം നല്ലമ്മ. അവൾ അവിടെ "അയ്യോ..... വയ്യായേ... ഒന്നു ചത്തുകിട്ട്യാമതിയേ..." എന്നു നിലവിളിക്കുമ്പോൾ താനിവിടെ - ഇന്നലെ പട്ടണത്തിലെ പള്ളിയിൽ നിന്ന് ഊരിൽ വന്ന താടിക്കാരൻ പാതിരി പറഞ്ഞതും ഇതൊക്കെയാണ്. മൂപ്പര് പറയുമ്പോൾ മൂപ്പരാണ് ശരിയെന്നൊക്കെ ത്തോന്നിയതാണ്. നായുടെ വാല് പക്ഷേ, പിന്നേം ഇങ്ങനെയൊക്കെത്തന്നെ.

നല്ലമ്മ ഇപ്പോൾ എന്തുചെയ്യുകയാവും? ഞരങ്ങി ഞരങ്ങി ഉറങ്ങിയിരിക്കുമോ? അതോ, അയ്യോ, ആവോ, എന്നു നിലവിളിച്ച് കിടന്നുരുളുകയോ? ഡ്യൂട്ടിക്കു പോകുമ്പോൾ അടുത്തുചെന്നു തലമാടിയൊതുക്കിയപ്പോൾ അവൾ പതിവുപോലെ കൂടുതൽ ഉറക്കെക്കരഞ്ഞു. എനിക്കു വേദനിച്ചിട്ടു വയ്യേ.....

അടുത്തു ചെന്നു തൊടുമ്പോൾ അവൾക്കു കൂടുതൽ വേദനയാണ്. നാഗരാജിന് കണ്ണിൽ വെള്ളം നിറഞ്ഞ് വീർപ്പുമുട്ടി. തന്റെ മൂന്നുമക്കളെ നൊന്തുപെറ്റ നല്ലമ്മയെ ഇപ്പോൾത്തന്നെ കാണണം. മഞ്ഞുപോലെ തണുത്ത സ്നഹമെടുത്ത് അവളെ തലോടണം.

പിന്നെ, നാഗരാജിന് ഇരിക്കപ്പൊറുതിയില്ലാതായി. അയാൾ ഇരിക്കപ്പൊറുതിവിട്ട്, സന്ധ്യക്ക് ചോറുണ്ട് ഡ്യൂട്ടിക്കു വന്നാൽ പിന്നെ രാവിലെ മാത്രം വീട്ടിലേക്കു പോകുന്ന പതിവുതെറ്റിച്ച് അപ്പോൾത്തന്നെ എണീറ്റു നടന്നു.

ഊരുറങ്ങിയിരുന്നു. അയാൾ ഉമ്മറത്തു കയറി വാതിലിൽ മുട്ടി മൃദുവായി വിളിച്ചു: "നല്ലമ്മാ."

പെട്ടെന്നകത്തെന്തൊക്കെയോ തട്ടിമറിഞ്ഞു. അയാൾ വീണ്ടും വിളിച്ച് കാത്തു നിന്നു. രണ്ടുമൂന്നു നിമിഷങ്ങൾക്കുള്ളിൽ നല്ലമ്മ വാതിൽ തുറന്നു. അവളയാളെ പകച്ചു നോക്കി. അയാൾ ചിരിച്ചു. "പേടിക്കേണ്ട. ഉറങ്ങാരുന്നോ? ഞാൻ വെറുതെ വന്നതാ?" പിന്നെ ഒന്നും പറയാനില്ലാത്തതുപോലെ അയാൾ ചുറ്റും നോക്കി. നിലത്ത് പായയിൽ ചിന്നനും ചിട്ടിയും പിടിച്ചു കൂട്ടി ചുരുണ്ടു കിടന്നുറങ്ങുന്നു.

"കണ്ടൻ വല്ലതും തട്ടിമറിച്ചിട്ടാ?"" ചോദിച്ചുകൊണ്ട് അയാൾ അടുക്കളയിലേക്കു കടന്നു. നല്ലമ്മ ഒന്നും പറയാതെ ചൂടിക്കട്ടിലിൽ പോയിരുന്നു. അടുക്കളയിൽ പുറത്തേക്കുള്ള പനമ്പുതടുക്ക് പകുതി തുറന്ന്

ചരിഞ്ഞു കിടക്കുന്നു. നാഗരാജ് പുറത്തെ ഇരുട്ടിലേക്കിറങ്ങി ചുഴിഞ്ഞു നോക്കി. കണ്ണു കുത്തിപ്പൊട്ടിക്കുന്ന ഇരുട്ടു മാത്രം. അമരത്തടത്തിൽ മൂത്രമൊഴിച്ച് തിരിഞ്ഞു നടക്കുമ്പോൾ ആരോ ചുമച്ചു.

"ആരാ?"

"ഇതു സുധാകരനാ. ഞാൻ വെള്ളം തിരിക്കാൻ പോയതാ."

നാഗരാജിന്റെ മുന്നിലൊന്നു പരുങ്ങി സുധാകരൻ കൈക്കോട്ടു ചുമലിലേറ്റി വീടിന്റെ ഇറയത്തു കൂടി പോയി.

നാഗരാജ് ഉള്ളിലേക്കു കയറി പനമ്പുതടുക്കു ശരിയാക്കി. കുറെക്കാലം തൊട്ടു വിചാരം തുടങ്ങിയതാണെങ്കിലും വാതിൽ ഇതേവരെ വെക്കാൻ പറ്റിയില്ല. മൂലക്കു ചാരി വെച്ചിരുന്ന കുടത്തിൽ നിന്ന് രണ്ടു കോപ്പ നിറയെ തണുത്തവെള്ളം കുടിച്ചു. നല്ലമ്മയുടെ അടുത്തു പോയി നെറ്റിയിൽ കൈവച്ചു. രണ്ടു ചെന്നിയും വിയർത്തിരിക്കുന്നു. ചെറുങ്ങനെ പനിക്കുന്നുമുണ്ട്. നല്ലമ്മ ഒന്നും മിണ്ടാതെ കണ്ണടച്ചു കിടന്നു.

"ഗുളിക കഴിച്ചോ?"

അതിനവളൊന്നു തലയിളക്കിയെന്നു തോന്നി. നരച്ചു ദ്രവിച്ച കമ്പിളികൊണ്ട് നല്ലമ്മയെ കഴുത്തിനൊപ്പം പുതപ്പിച്ച് ചുരുണ്ടുറങ്ങുന്ന മക്കളെ ഒന്നുകൂടി നോക്കി നാഗരാജ് വാതിൽ ചാരി പുറത്തിറങ്ങി.

ഇരുട്ടിന്റെ മുള്ളുകൾ കണ്ണിൽ കുത്തിത്തറയ്ക്കുന്നു. പോരാത്തതിന് നല്ല തണുപ്പും. മുൾത്തുറവകൾ ഉറങ്ങാൻ തുടങ്ങുന്നു. ആകാശം നല്ലമ്മയുടെ കമ്പിളിപോലെ ആകെ പഴകിപ്പിഞ്ഞിയിരിക്കുന്നു. കൂറ വെട്ടിയ തുളകൾപോലെ നക്ഷത്രങ്ങൾ. കുറെക്കാലമായി അവൾ പാട്ടു പാടുന്നു, പുതിയതൊന്നു വാങ്ങാൻ. അയാൾ നിലത്തും മാനത്തും തൊടാതെ മുൾത്തുറവകൾക്കു നടുലിലുള്ള, തന്നെയൊരിക്കലും പൊട്ടിതിരിക്കാത്ത വഴിയിലൂടെ നടന്നു. ദൂരെ തരിശുകൾക്കു നടുവിലൂടെ ഭൂതകാലത്തിന്റെ നീണ്ട നീണ്ട കള്ളറകൾ പോലെ നേത്രാവതി എക്സ്പ്രസ് കൂകിപ്പായുന്നു. നാഗരാജ് ഗോഡൗണിന്റെ ഒതുക്കുകളിൽച്ചെന്നു വീണു.

രാത്രി തണുപ്പിന്റെ രൂക്ഷഗന്ധം. അവൻ ഇഷ്ടമില്ലെങ്കിലും വെറുക്കാനാവാതെ വിഷാദങ്ങളെണ്ണി നിറയുന്നതിനിടയിൽ അവ്യക്തമായ ഒരു ചാലുപോലെ ആകാശത്ത് വെളിച്ചം പരന്നു. എണ്ണമറ്റ സ്വർണ്ണനൂലുകൾ! അവ ബീജരൂപികളായി ഇളകിപ്പറക്കുകയാണ്. രാത്രി കുറവൻ മലകളിൽ കൊള്ളിമീനുകൾ എയ്തിറങ്ങാറുണ്ട്. ഇത് - അന്യഗ്രഹ ജീവികളായിരിക്കുമോ?

നോക്കിയിരിക്കേ അതിലൊരു നൂൽവെളിച്ചം തലകുത്തി അവന്റെ കാൽക്കലേക്കു വീണു. ചെമ്മണ്ണിലതു പിടഞ്ഞു. അവൻ പേടിച്ചു കാലെ

ടുത്തു. അത് ഒരു വരപോലെ നേർത്ത പാമ്പായിരുന്നു.

അതിന്റെ ശബ്ദവും കുഴയുന്നതായി അവനു തോന്നി.

ഇല്ല, ഞാൻ സമ്മതിക്കില്ല.

അവൻ കരയാൻ തുടങ്ങിയിരുന്നു.

വാശികൊണ്ടെന്ത്? നിന്റെ പാപം ഞാനേറ്റുവാങ്ങുകയാണ്.

എന്റെ പാപം?

മുജ്ജന്മം !

പക്ഷേ...

ഇനിയെനിക്കു സുഖമായുറങ്ങാം.

മാണിക്യങ്ങൾ ഭീകരമായി തുറിച്ചു. കാൽക്കീഴിൽ, ചെമ്മണ്ണിൽ അതു തലയിട്ടടിച്ചു. അപാരമായൊരു വേദനയുടെ തീക്ഷ്ണതയിൽ പുളഞ്ഞു. കണ്ണുകൾ കൂടുതൽ ദയനീയങ്ങളായി. തലതല്ലൽ ശക്തിയിലായി.

ക്രമേണ ആ ചലനം പതുക്കെയായി. ഇല്ല, ഇപ്പോഴതിനനക്കമില്ല. ചുവന്ന വരകൾ പഴുത്ത ഇരുമ്പു പോലെ വിങ്ങുന്നു. മെല്ലെ മെല്ലെ ആ ചുവപ്പ് ശരീരം മുഴുവൻ പടരുന്നു. ഈശ്വരാ... ഇപ്പോൾ ഒരു തീക്കട്ടയാണെന്നേ തോന്നൂ. കാറ്റത്ത് കെടാതെ കത്തുന്ന ചിത !

ടർണീം..... ടർണീം.....

നാഗരാജ് ഒരാന്തലോടെ കണ്ണു തുറന്നു. താൻ നിലവിളിച്ചുവോ? ശരീരമാകെ വിയർത്തു, കുതിർന്നിരുന്നു. ഗോഡൗണിന്റെ ഓഫീസ് മുറിയിൽ ഫോൺ ബെല്ലടിക്കുന്നു. നാശം. നാഗരാജ് എണീറ്റിരുന്ന് ഒരു ബീഡി കൊളുത്തി. ഫോൺ ശബ്ദം നിലച്ചപ്പോൾ ചുറ്റും വല്ലാത്തൊരു നിശബ്ദത. രാത്രി ആരാണ് ഗോഡൗണിലേക്കു ഫോൺ ചെയ്യുന്നത്? പകലും രാത്രിയുമില്ലാത്ത വല്ല പ്രാന്തൻമാരുമായിരിക്കും.

ടർണീം..... ടർണീം...

ഒരുൾവിളിപോലെ വീണ്ടും മണിമുഴങ്ങി. ആരോ തന്നെപ്പോലൊരാൾ എവിടെയോ ഉണർന്നിരിക്കുന്നുണ്ട്. ആരായാലും രാത്രിയിൽ തന്നെപ്പോലെ. നാഗരാജിന് പെട്ടെന്ന് തന്റെ ചങ്ങാതിയോടു സംസാരിക്കാൻ അതിയായ കൊതി തോന്നി. ഗോഡൗണിന്റെ പൂട്ടുപൊളിച്ചാലോ എന്ന ആലോചന ഒരു വിധത്തിൽ അടക്കിപ്പിടിച്ച് നാഗരാജ് ഗോഡൗണിനു ചുറ്റും വീണ്ടും നടക്കാൻ തുടങ്ങി.

ഊരും പേരുമില്ലാത്ത ഏതോ ഗുഡ്സ് രാത്രിയെ ഉണർത്താതെ പതുക്കെ കടന്നു പോയി.

*****

ദൈവത്തെയോർത്ത്

അവളുടെ മുനിഞ്ഞ വർത്തമാനത്തിലേക്ക് നോക്കി, എലി ചത്തു ചീഞ്ഞ നാറ്റം ചുരത്തുന്ന തെരുവുകൾക്കൊടുവിൽ സാമാന്യം വൃത്തിയുള്ള ഹൗസിങ്ങ് ബോർഡു കോളനിയിലെ തന്റെ വാടക വീട്ടിലേക്ക് ഇവളെങ്ങനെ എത്തിച്ചേർന്നു എന്ന് അത്ഭുതപ്പെട്ട് അയാളിരുന്നു. അയാളുടെ മുന്നിലെ സോഫയിൽ അൽപ്പം കുനിഞ്ഞ് ഒതുങ്ങിയിരുന്ന് അനുമോളുടെ ആനക്കുട്ടിയിൽ തിരുപ്പിടിച്ച് അവൾ മറ്റൊരു കാലത്തിൽ നിന്നെന്നപോലെ പറയുകയായിരുന്നു.

"ഏട്ടന് ഞങ്ങളോട് വെറുപ്പാണെന്നറിയാം. അമ്മയുടെ വിവരക്കേടിന് ഏട്ടൻ ഞങ്ങൾക്ക് മാപ്പുതരണം. അങ്ങോട്ടോ ഇങ്ങോട്ടോ ആയിക്കിടക്കുന്ന അച്ഛനോട് ഏട്ടന് ഒരരമണിക്കൂർ നേരത്തേക്കെങ്കിലും ക്ഷമിച്ചു കൂടെ? ഏറിയാൽ ഓന്നോ രണ്ടോ ആഴ്ച, അതിൽക്കൂടുതൽ നമ്മുടെ അച്ഛനിനി ഉണ്ടാവില്ല."

അയാളുടെ പ്രതികരണത്തിലെ മൗനസ്പന്ദനങ്ങൾക്ക് മനസ്സുകൊടുത്ത് അവൾ ആനക്കുട്ടിയുടെ നനുത്ത പുറത്ത് വാത്സല്യത്തോടെ തലോടിക്കൊണ്ടിരുന്നു. അവളുടെ നിയോഗത്തിലെ ആർദ്രതയുൾക്കൊണ്ട് ആനക്കുട്ടിയുടെ കണ്ണുകൾ തിളങ്ങി.

തന്റെ ജാതകം നോക്കാൻ വല്യമ്മാമ വിളിപ്പിച്ച കണിയാരും ഇതു തന്നെയാണത്രെ പറഞ്ഞത്. കുട്ടിയുടെ ജീവിതം ചോറ്റിൻകിണ്ണത്തിന്റെ വക്കത്തിരിക്കുന്ന വറ്റുപോലെയാണ്. അങ്ങോട്ടോ ഇങ്ങട്ടോ എന്നു പറയാൻ പറ്റില്ല. മുത്തശ്ശി പറഞ്ഞുകേട്ടതാണ്.

അവൾ പകുതി തന്നോടുതന്നെയായി പറഞ്ഞു കൊണ്ടിരുന്നു. അവളുടെ നിർത്തി നിർത്തി ഊന്നൽ കൊടുത്തു കൊണ്ടുള്ള മറ്റൊരു കാലത്തിലെ ഘനഭാഷണം എവിടെയൊക്കെയാണ് തറയ്ക്കുന്നതെന്ന് തീർച്ചയാകുന്നില്ല. ആ ഇത്തിരിപ്പോന്ന പെണ്ണിനു മുമ്പിൽ ഒരിക്കലും ജയിക്കാനാവാത്ത ആ പഴയ കാക്കി നിക്കറുകാരൻ വീണ്ടും നിസ്സഹായനാകുന്നു. തന്റെ ഊഹങ്ങൾക്കെല്ലാമുയരത്തിൽ അവൾ വീണ്ടും വളർന്നിരിക്കുന്നു. ശാന്തമെങ്കിലും അവളുടെ ഹൃദയവേധിയായ മൗനം ഇടകലർത്തിയ സംസാരം, ഭൂതകാലത്തിലേക്കു ചരിഞ്ഞുള്ള ഇരിപ്പ് – അയാൾ

കൈകൾ നിവർത്തി ചാഞ്ഞിരുന്ന് അവളുടെ തലയിൽ നിന്നിറങ്ങുന്ന ഇടത്തേ നെറ്റിയിലെ കറുത്തുതിണർത്ത മുറിപ്പാടിലേക്കു നോക്കിയിരുന്നു.

പാമ്പിൻ കാവിനു പിന്നിലെ തോട്ടിൽ പൂരം കളിക്കുകയായിരുന്നു എല്ലാവരും. ഒരു ചുവന്ന ഹലുവത്തുണ്ടും കടിച്ച് വലിച്ച് അവൾ അവരുടെ പൂരത്തിലേക്കു ചെന്നു. ഹലുവ കണ്ടാൽ അവനു പണ്ടേ വായിൽ കപ്പലോടിക്കാം. കഴിഞ്ഞ കൊല്ലത്തെ കിഴിയപ്പുറത്തെ പൂരത്തിനാണ് ഒരു കഷണം ഹലുവ തിന്നത്. പൂരം കളിയിലെ ദാരികൻ കാളിയെ ഉപേക്ഷിച്ച് അവളുടെ അടുത്തേക്ക് ഓടിച്ചെന്നു.

"ഒരു കഷണം ഇയ്ക്കും താടീ.." അവൾ ഹലുവ നെഞ്ചോടു ചേർത്ത് തിരിഞ്ഞു ചുരുണ്ടു നിന്നു.

"ഇതെനിക്കച്ഛൻ തന്നതാ."

അച്ഛൻ പട്ടാമ്പിയിലെ കോടതിയിൽ നിന്നും വൈകുന്നേരം മീനും എന്തെങ്കിലും തിന്നാനും കൊണ്ടുവരും. അച്ഛന് മീന്റെ ചൂരെങ്കിലുമുണ്ടെങ്കിലേ ഒരുരുളയെങ്കിലും ഇറങ്ങൂ. തിന്നാനുള്ള പൊതി പടിക്കലേക്ക് കണ്ണുംനട്ട് കുന്തിച്ചിരിക്കുന്ന അവൾ ഓടിച്ചെന്ന് വാങ്ങും. അവൻ മാത്രം കൊതിച്ചിരുന്നു കിട്ടിയാലായി.

അവൻ ഹലുവ തട്ടിപ്പറിക്കാൻ ചെന്നു. "ഞാനച്ഛനോടു പറഞ്ഞോടുക്കും." അവൾ കരയാൻ തുടങ്ങി.

"ആരാടീ നെന്റെ അച്ഛൻ,"അവന് കലികയറുകയായിരുന്നു. "അതെന്റെ അച്ഛനാടീ, നിന്റമ്മ എന്റെച്ഛനെ കട്ടതാടീ"

അവൾ മണ്ണിൽ കിടന്നുരുണ്ട് നിലവിളിക്കാൻ തുടങ്ങി. ഇതവളുടെ സ്ഥിരം അടവാണ്. താനൊന്നും കാട്ടിയില്ലെങ്കിലും മണ്ണിൽ കിടന്നുരുണ്ട് ഒച്ചവെച്ച് അവളുടെ അമ്മയെ വിളിച്ചു കൂട്ടും. പിന്നെ കയ്യിൽ കിട്ടിയതു മുറിയുന്നതുവരെ അടിയുടെ പൊടിപൂരമാണ്. അതുകഴിഞ്ഞ് അമ്മയുടെ സാരിത്തുമ്പിൽ തൂങ്ങി തിരിച്ചു പോകുമ്പോൾ തന്റെ ഏങ്ങിക്കരച്ചിലിലേക്ക് അവൾക്കൊരു തിരിഞ്ഞു നോട്ടമുണ്ട്. അതാണ് ഇതിലൊന്നും സഹിക്കാൻ വയ്യാത്തത്.

എന്തായാലും അടി ഇന്നും ഉറപ്പാണ്. ഈ മൂധേവിയുടെ കരച്ചിൽ ഇന്നത്തോടെ നിർത്തണം- എന്ന് വിചാരിച്ചതേ ഓർമ്മയുള്ളൂ. അവൻ തന്റെ കയ്യിലിരുന്ന കവുങ്ങിന്റെ അലകുകൊണ്ടുണ്ടാക്കിയ ദാരികന്റെ ഗദകൊണ്ട് അവളുടെ തലക്ക് ഒറ്റ അടി. അവൾ ഒറ്റ അലർച്ച. എല്ലാവരും ഓടി വരുന്നതും തളർന്നുവീണ അവളുടെ തലയിൽ ചോരമുടികൾ മുളച്ചുതുള്ളുന്നതും കണ്ട് അന്ധാളിച്ച് അന്നോടിയതാണ്. പിന്നെ

കുറെക്കാലത്തിനു ശേഷം മുത്തശ്ശി പറയാറുള്ളതുപോലെ കറ്റേക്കിടന്ന് കതിരായതിനുശേഷം നാട്ടിൽ തറവാട്ടിൽ പോയിരുന്നെങ്കിലും അച്ഛന്റെ അടുത്തേക്ക് ഒരിക്കലും പോയില്ല.

അവൾ അച്ഛന്റെ പിച്ചിലും പേയിലും നിറഞ്ഞു നിൽക്കുന്ന അയാളെക്കുറിച്ചു പറയുകയായിരുന്നു. അയാൾക്കു പക്ഷേ, അച്ഛനെക്കുറിച്ചോർക്കുമ്പോഴെല്ലാം അമ്മയാണു മനസ്സിൽ നിറയുക. വെളുത്ത് നല്ല സുന്ദരിയായിരുന്ന അമ്മയുടെ മൊട്ടയടിച്ച വികൃതരൂപം, ഇമയനക്കാതെ തന്നെത്തന്നെ നോക്കി തുറിച്ചു കിടക്കുന്ന ഉണ്ടക്കണ്ണുകൾ, അമ്മയുടെ നിലവിളികൾ കേട്ട് പേടിച്ച് ചുരുണ്ട് ചുമരോടു ചേർന്നു കഴിച്ചുകൂട്ടിയ ദുരിത രാത്രികൾ. അർബുദത്തിന്റെ നിരന്തര വേദനയുടെ കഠിനാരോഹണങ്ങളിൽ അമ്മ അച്ഛനെ പ്രാകി ഉറക്കെ നിലവിളിക്കും. " കുരുത്തം കെട്ടോനേ, എന്നെയൊന്നു കൊന്നുതാടാ–" ആ രാത്രികളിലെപ്പോഴോ താൻ അച്ഛനെ വെറുക്കാൻ തുടങ്ങുകയായിരുന്നു. ഇന്നും അച്ഛനെക്കുറിച്ചേർക്കുമ്പോൾ ഇരുട്ടിൽ നിറഞ്ഞുതുള്ളുന്ന അമ്മയുടെ നിലവിളികളാണ്.

അമ്മ മരിച്ചതിൽപ്പിന്നെ അധികം കഴിയാതെ അച്ഛൻ വീണ്ടും കല്ല്യാണം കഴിച്ചു. കുഴൂർപുറത്ത് ഭാർഗവിയമ്മയെ. കല്ല്യാണം എന്നൊന്നും പറയാനാവില്ല. അച്ഛൻ ഒരുദിവസം ഉച്ചയോടെ അവരെ കൂട്ടിക്കൊണ്ടുവന്നു.

"ഇന്നു മുതൽ ഇതാണു നിന്റെ അമ്മ. അമ്മ പറയുന്നതുകേട്ടു നടന്നോളണം. ഇല്ലെങ്കി ചന്തീമ്പലെ തോല് ഞാൻ പൊളിക്കും."

അച്ഛൻ ആദ്യമായി ഭാർഗ്ഗവിയമ്മയെ പരിചയപ്പെടുത്തി. മീൻകാരൻ അവോക്കറിന്റെ ഉമ്മയെപ്പോലെ ഒരു ആനച്ചി. അവരെച്ചൊല്ലി അച്ഛനും ശേഖരൻമാമയും ഒന്നും രണ്ടും പറയുകയും രണ്ടു വീടുകളുടേയും എല്ലാ പോക്കുവരവുകളും നിൽക്കുകയും ചെയ്തത് ആയിടയ്ക്കാണ്.

പിന്നെ അവരുടെ ദിവസങ്ങളായിരുന്നു. അമ്മ കിടന്നിടത്ത്, ഇരുന്നിടത്ത്, പണി ചെയ്തിടത്ത്–

അമ്മയുടെ വെറ്റിലച്ചെല്ലം, എണ്ണതേച്ച് വിസ്തരിച്ച കുളി, പണിക്കാരോട് കിന്നാരം എല്ലാം അവരേറ്റെടുത്തു. പക്ഷേ, തന്റെ മനസ്സിടത്തിൽ മാത്രം അവർക്കൊരിക്കലും അമ്മയെ തോൽപ്പിക്കാനായില്ല.

"ഏട്ടത്തിയമ്മ–"

അച്ഛന്റെയും തന്റെ വീട്ടിലേയും ദയനീയ സ്ഥിതി വിവരണങ്ങൾക്കു ശേഷം കുറച്ചു നേരത്തെ മൗനത്തിനു ശേഷം അവൾപെട്ടെന്നെന്തോ ഓർത്തുകൊണ്ട് ചെറിയൊരു സംശയത്തോടെ ചോദിച്ചു.

"അവളും മോളും അവളുടെ വീട്ടിലേക്കു പോയി." അയാൾ വാതിലിനു മുകളിൽ ചുമരിൽത്തൂങ്ങിയ സായിബാബയോടെന്നപോലെ പതുക്കെ പറഞ്ഞു.

കുടുംബക്കോടതിയുടെ ഇനിയും തീരുമാനമാകാത്ത വിധി ചാപിള്ളയായി ചങ്കിൽ കിടന്നുരുണ്ടു.

മുറിയിലെ ജഡവസ്തുക്കളിൽ മൗനം വികാരങ്ങളായി നിറഞ്ഞു. മൗനത്തിന്റെ മഹാവ്യാഖ്യാനങ്ങളുടെ തിരിച്ചറിവുകളിൽ അവൾ വിനയാന്വിതയായി തല കുമ്പിട്ടിരുന്നു. കയറിപ്പോയ ഉയരങ്ങൾ തിരിച്ചിറങ്ങാൻ തല തിരിയുന്ന കുട്ടിയുടെ നിസ്സഹായതയോടെ അയാൾ പുറത്തെ തെരുവിലേക്കു നോക്കിയിരുന്നു. ഉച്ചവെയിലിൽ വിജനമായ തെരുവ്. പ്രതികാരബുദ്ധിയോടെ സ്വയം ചിതകത്തുകയാണ്.

"എനിക്ക് പെട്ടെന്നു തന്നെ മടങ്ങണം." അവൾ പറഞ്ഞു.

"നമുക്ക് പുറത്തുപോയി എന്തെങ്കിലും കഴിക്കാം."

എന്നോ തന്റെ അടുക്കളയിറങ്ങിപ്പോയ ഔപചാരികത അവൾ മനസ്സിലാക്കിയെങ്കിലോ എന്നു കരുതിയെങ്കിലും തെല്ലൊരു ജാള്യതയോടെ അയാൾ പറഞ്ഞു.

ക്ഷണം നിരസിച്ച അവളുടെ കൂടെ അയാൾ വീടു പൂട്ടിയിറങ്ങി. മൂസക്കയുടെ ടീസ്റ്റാളിലെ തുറിച്ച നോട്ടങ്ങളും കടന്ന് അവർ വെയിലത്തു നടന്നു. ഭാഗ്യത്തിന് വണ്ടി പെട്ടെന്നുണ്ടായിരുന്നു. കൂവിക്കൊണ്ട് വണ്ടി യാത്രയ്ക്കു തയ്യാറെടുത്തു. പുറത്ത് ജനലഴികൾ പിടിച്ചു നിന്ന അയാളുടെ കൈകൾ പെട്ടെന്നവൾ തന്റെ കൈക്കുള്ളിലാക്കി.

"ദൈവത്തെയോർത്ത്–"

പിന്നെ അവൾക്കൊന്നും പറയാനായില്ല. അവളുടെ കണ്ണുകളുടെ സമുദ്രത്തിൽ അയാളും സ്റ്റേഷനും തീവണ്ടിയും എല്ലാം മറഞ്ഞു.

വസൂരിപിടിച്ച്, പുറത്തിറങ്ങാൻ കഴിയാതെ, കുടിവെള്ളത്തിനുപോലും ബുദ്ധിമുട്ടിയ നരച്ചുമരവിച്ച ഏകാന്തതയിൽ ജീവിതം ഒടുക്കാൻ തീരുമാനിച്ചപ്പോൾ അപ്പുറത്തെ വീട്ടിലെ, തന്റെ ഒരേയൊരാശ്വാസമായ, ഗോലിപോലത്തെ കണ്ണുകളുള്ള ഏഴു വയസ്സുകാരി തെലുങ്കത്തി പെൺകുട്ടി തന്നെ കെട്ടിപ്പിടിച്ച് കരഞ്ഞു പറഞ്ഞതും ഇതുതന്നെയായിരുന്നു. ദൈവത്തെയോർത്ത്–

കുറച്ചു നേരം കൂടി ആ നീലിച്ച ശൂന്യതയിൽ നിന്നശേഷം അയാൾ പുറത്തു കടന്നു. തിരിച്ച് തലഭാരത്തോടെ മൂസക്കയുടെ ടീസ്റ്റാളിൽ ചെന്നിരുന്നു.

"മൂസക്കാ, ഒരു സ്ട്രോങ്ങ്."

"ആരാ നായരേ ഒരു പതിവില്ലാത്ത വിരുന്നുകാരത്തി?"

മൂസക്ക തങ്ങൾ പോകുന്നത് ശ്രദ്ധിച്ചിരുന്നു. അത്, അയാൾ ഒരു നിമിഷം നിർത്തി പെട്ടെന്നു പറഞ്ഞു. പെങ്ങളാണ്.

*****

പേരുമരം

ടൗൺ സർവീസ് ബസിറങ്ങി, റോഡു മുറിച്ച്, ഗെയ്റ്റും കടന്ന് ബഹളങ്ങൾക്കിടയിൽക്കൂടി ഹോസ്റ്റലിന്റെ പടികയറുമ്പോഴും ഞങ്ങൾ പരസ്പരം നോക്കുകയോ, സംസാരിക്കുകയോ ചെയ്തില്ല. പറയാനും കേൾക്കാനും ഒരുപാടൊരുപാടുണ്ടെങ്കിലും മൗനം ഒരു മീൻമുള്ളുപോലെ ചങ്കിൽ കൊളുത്തി വലിയ്ക്കുന്നു. ജോസഫും ഞാനും ഒരു ചോദ്യക്കരയിൽ വഴിമുട്ടിക്കിടക്കുകയാണ്. ഉത്തരങ്ങളെ വിഴുങ്ങുന്ന ഒരു വമ്പൻ പ്രശ്നദിനോസർ. അതിന്റെ തുറന്ന വായക്കു മുന്നിൽ ഞങ്ങളുടെ രണ്ടിളം മനസ്സുകളും. ഒരുപോലെ പകച്ചു പുകയുന്നത് ഞങ്ങൾക്കു പരസ്പരം കാണാം.

ഞങ്ങളെല്ലാസ്റ്റേഷനുകളിലും അന്വേഷിച്ചു. മുഹമ്മദുണ്ണി എന്നു പേരായ ഒരാളെ ആരും അറസ്റ്റുചെയ്തിട്ടില്ല. ഇനി നിങ്ങൾ മനുഷ്യനെ വെറുതെ ബുദ്ധിമുട്ടിക്കരുത്. എന്തായാലും കേസ് രജിസ്റ്റർ ചെയ്തിട്ടുണ്ട്. നിയമത്തിന്റെ പണി നിയമം ചെയ്തുകൊള്ളും. വല്ല വിവരവും കിട്ടിയാൽ അറിയിക്കാം–

ഇന്നലെ കോളേജിലെ മുന്നൂറോളം കുട്ടികൾ എസ്.പി. ബംഗ്ലാവിന്റെ മുറ്റത്തു ചെന്ന് മുറവിളിച്ചപ്പോൾ ഉള്ളിലേക്കു വിളിപ്പിച്ച അഞ്ചുപേരോടും പറഞ്ഞതിന്റെ ബാക്കി എന്നപോലെ ഇന്നദ്ദേഹം തീർത്തുപറഞ്ഞപ്പോൾ ഞങ്ങൾക്ക് ഞങ്ങളെത്തന്നെ നഷ്ടപ്പെടുകയായിരുന്നു. എസ്.പി.യുടെ തേളുകുത്തിയ മുഖവും ചോദ്യം ചെയ്യലും കണ്ടാൽ ഞങ്ങളാണവനെ ഒളിപ്പിച്ചതെന്നു തോന്നും. കലക്ടറും സ്ഥലം എം.എൽ.എ.യും. ആദ്യമേ ഒരു ചെറിയ വഴിപാടുപോലെ എന്തൊക്കെയോ ചിലതു പറഞ്ഞ് കൈമലർത്തിയിരുന്നു. ഇനി–

ജോസഫാണ് വാതിൽ തുറന്നത്. നാലഞ്ചു ദിവസങ്ങൾ കൊണ്ട് മുറി തീർത്തും അപരിചിതമായിരുന്നു. ഷെൽഫുകളിൽ കുത്തിമറിഞ്ഞു കിടക്കുന്ന പുസ്തകങ്ങൾ, വസ്ത്രങ്ങൾ, നടുപൊള്ളച്ച് തോലുപോയ മൂന്ന് ഇരുമ്പുകട്ടിലുകൾ, കസേരകൾ, മേശപ്പുറത്ത് ചിതറിക്കിടക്കുന്ന ഡ്രോയിംഗ് ഷീറ്റുകൾ, ഇൻസ്ട്രുമെന്റ് ബോക്സ്, മറിഞ്ഞുവീണ നിലച്ച ടൈംപീസ്, ചുമരിലെ ദൈവങ്ങൾ, ഐശ്വര്യാ റായ്, ഷാറൂഖ്ഖാൻ, സച്ചിൻ – എല്ലാമെല്ലാം ശൂന്യതയുടെ കനത്ത പൊടിപിടിച്ചു കിടക്കു

ന്നു. പുറത്തു നിന്നെത്തുന്ന വാഹനങ്ങളുടെ ഇരമ്പം മാത്രം ചെവിയില ടിച്ചുടയുന്നു. മുഹമ്മദുണ്ണിയുടെ കോച്ചിപ്പിടിച്ച കയ്യക്ഷരങ്ങൾ പുസ്ത കത്താളിൽ നിന്ന് ഞങ്ങളുടെ നേർക്കു വിരൽ നീട്ടുന്നു. ചുമരിന്റെ മൂല യിൽ ആണിയിൽത്തൂക്കിയ അവന്റെ നിസ്ക്കാരത്തൊപ്പി ചുട്ടുപൊള്ളു ന്ന ഒരു സൂര്യനായിരിക്കുന്നു. മുഹമ്മദുണ്ണിയുടെ സ്ത്രൈണ സുന്ദരമാ യ ശബ്ദമില്ലാത്ത മുറിയിൽ ശൂന്യതയും ഞങ്ങളും ഒരിക്കലുമൊരിക്ക ലും തീരാത്ത തർക്കങ്ങളിൽ നിറയുന്നു.

ജോസഫ് ചെന്നപാടെ കട്ടിലിൽ വീണു. ഞാൻ മറ്റൊരു കട്ടിലിൽ തല കൈ കൊണ്ടു താങ്ങി കുനിഞ്ഞിരുന്നു. ജോസഫ് വീണ്ടും എഴു ന്നേറ്റ് വാതിലിന്റെ തുളയിൽ ഒരു കടലാസ് ചുരുൾ തിരുകി വീണ്ടും വ ന്നു കിടന്നു. നെഞ്ചിൽ കുടുങ്ങിയ കരച്ചിൽ പോലെ സെൽഫോൺ ശ ബ്ദിച്ചു.

"അജീ ഉണ്ണിയുടെ വിവരം വല്ലതും-"

"ഇല്ല"

കൂടുതൽ ചോദിക്കാനും പറയാനുമില്ലാതെ ഫോൺ ഡിസ്ക്കണക് ടായി.

"നീലിമയാണ്" ഞാൻ എന്നോടെന്നപോലെ പറഞ്ഞു.

ഇനി ഒരു പക്ഷേ, ഗേയ്റ്റിനരികിൽ മരച്ചുവട്ടിൽ കുട്ടികൾക്ക് ഇസ് ത്രിചെയ്തു കൊടുക്കുന്ന സുന്ദരേട്ടന് ആളുമാറിയതായിക്കൂടെന്നുണ്ടോ? അപ്പോൾ പിന്നെ മുഹമ്മദുണ്ണി? നാലഞ്ചു ദിവസങ്ങൾ രാവും പകലും കുട്ടിയിട്ടും കിഴിച്ചിട്ടും ഗുണിച്ചിട്ടും ഹരിച്ചിട്ടും കിട്ടുന്നത് വട്ടപ്പൂജ്യമാ ണ്. അതൊരു മൂങ്ങയെപ്പോലെ മേശപ്പുറത്ത് തുറിച്ചിരിക്കുന്നു.

കഴിഞ്ഞ തിങ്കളാഴ്ച ഉച്ചനേരത്ത് വരാന്തയുടെ അരമതിലിൽ ചാരി യിരുന്ന് താഴത്തെ വോളിബോൾ ബഹളം കാണുകയായിരുന്നു. പെട്ടെ ന്ന് മുകളിലേക്കോടിക്കയറി വന്ന സുന്ദരേട്ടൻ എന്നെ അടക്കിപ്പിടിച്ചു കിതച്ചു. "മോനേ, നമ്മുടെ ഉണ്ണിയെ ആരോ പിടിച്ചോണ്ടു പോയി." സു ന്ദരേട്ടന്റെ കിതക്കുന്ന മുഖത്തെ ഭയപ്പാടല്ലാതെ ഞങ്ങൾക്കൊന്നും മ നസ്സിലായില്ല. ഞങ്ങളെല്ലാവരും താഴേക്കു പാഞ്ഞു. ഉച്ചവെയിൽ തിള ച്ചുരുകുന്ന വഴി തീർത്തും വിജനമായിരുന്നു.

ഉച്ചയൂണിനു ശേഷം ലൈബ്രറിയിലേക്കു പോയ മുഹമ്മദുണ്ണി തിരി ച്ചു വരികയായിരുന്നു. ഗേയ്റ്റിനു പുറത്തെ വേപ്പുമരച്ചോട്ടിൽ എത്തിയ പ്പോൾ അവന്റെ കുറച്ചു മുന്നിൽ ഒരു ജീപ്പുവന്നുനിന്നു. ജീപ്പിൽ നിന്നി റങ്ങിവന്ന ഒരു ചെറുപ്പക്കാരൻ മുഹമ്മദുണ്ണിയോടെന്തോ ചോദിച്ചു. അ വർ തമ്മിൽ എന്തോ കശപിശ നടക്കുന്നതുപോലെ തോന്നി. പെട്ടെന്ന്

ജീപ്പിൽ നിന്ന് രണ്ടുമൂന്നു പേർകൂടി ഇറങ്ങി. അവർ മുഹമ്മദുണ്ണിയെ തള്ളിപ്പിടിച്ച് ജീപ്പിൽ കയറ്റി. പുറത്തേക്ക് കയ്യിട്ടടിച്ച് അലറിക്കരയുന്ന ഉണ്ണിയേയും കൊണ്ട് ജീപ്പ് വന്നതിനേക്കാൾ വേഗത്തിൽ തിരിച്ചു പാഞ്ഞു.

സുന്ദരേട്ടൻ പറഞ്ഞതൊന്നും തലയിൽക്കയറാതെ ഞങ്ങൾ തരിച്ചു നിൽക്കുകയായിരുന്നു. ആദ്യത്തെ മരവിപ്പിനു ശേഷം ഞങ്ങൾ താഴെ തണലൊരുക്കാൻ ഉച്ചചൂടിൽ കത്തിയുരുകുന്ന പടർന്നു പന്തലിച്ച വേപ്പുമരച്ചോട്ടിലേക്കു നടന്നു. ത്രികാലജ്ഞാനിയായ മഹാഭിഷഗ്വരാ പറയൂ, ഞങ്ങളുടെ ഉണ്ണിക്കെന്തു പറ്റീ? റോഡരുകിൽ നിന്ന് കാറ്റത്തു ചിതറിയ മുഹമ്മദുണ്ണിയുടെ പുസ്തകം സുനിലാണ് എടുത്തത്. എഡ്വർഡ് സെയ്ദിന്റെ 'കവറിങ്ങ് ഇസ്ലാം'.

ഉടനെത്തന്നെ ഹോസ്റ്റൽവാർഡനും കോളേജ് പ്രിൻസിപ്പാൾക്കും കംപ്ലയ്ന്റ് ചെയ്തു. വാർഡനും പ്രിൻസിപ്പാളും വളരെ താൽപര്യത്തോടെ കുട്ടികളോടൊപ്പം സ്റ്റേഷനിൽച്ചെന്ന് എസ്.ഐ.യ്ക്കും പിന്നീട് എസ്.പി.ക്കും നേരിട്ടു പരാതി നൽകി, സംസാരിച്ചു. കുട്ടികളെല്ലാവരും എസ്.പി.ബംഗ്ലാവിൽച്ചെന്ന് ബഹളം കൂട്ടി. കളക്ടർക്കു നിവേദനം നൽകി. പെടാപ്പാടുപെട്ട് ഒരു രാഷ്ട്രീയക്കാരനെക്കൊണ്ട് സ്ഥലം എം.എൽ.എ. യെ പിടിച്ചു. ക്ലാസുകൾ ബോയ്ക്കോട്ടു ചെയ്തു. പത്രത്തിൽ റിപ്പോർട്ടു വന്നു. എന്നിട്ടുമെന്നിട്ടും ഉണ്ണിക്കഥ തുടങ്ങിയേടത്തു തന്നെ. ആർക്കുമറിയില്ല മുഹമ്മദുണ്ണി എവിടെയാണെന്ന്. അങ്ങനെയൊരാളില്ലാത്തതു പോലെയാണ് പോലീസുകാരുടെ പെരുമാറ്റം. മുഹമ്മദുണ്ണി എന്നൊരാളെ ഞങ്ങൾ രണ്ടുപേർ മാത്രമേ അറിയുകയുള്ളൂ. സുന്ദരേട്ടനാണെങ്കിൽ ആ ബലിഷ്ഠരായ ചെറുപ്പക്കാരുടെ മുഖങ്ങളിൽ ഒന്നുപോലും ഓർക്കാൻ കഴിഞ്ഞില്ല.

അഞ്ചു ദിവസമായി ശരിയ്ക്കൊന്നുണ്ടിട്ട്, ഉറങ്ങിയിട്ട്. ഞങ്ങളുടെ ഊണും ഉറക്കവും ഉണ്ണി കൂടെ കൊണ്ടുപോയിരിക്കുന്നു. ഹോസ്റ്റലിൽ ജീവിതം സാധാരണഗതിയിൽത്തന്നെ നീങ്ങുന്നു. തങ്ങൾക്കിടയിൽ ഒന്നെണ്ണം കുറഞ്ഞതിൽ ആർക്കും ഒരല്ലലുമില്ല. കളിയും ചിരിയും സെൽഫോൺ ശൃംഗാരവും പഠിപ്പും മെസ്സിലെ തീനും വോളിബോളും. എസ്.പി. ബംഗ്ലവിലേക്ക് പലരും വന്നത് ബഹളം കൂട്ടാനുള്ള ഹരം കൊണ്ട് മാത്രമാണെന്ന് തോന്നി. വല്ലാത്ത ജന്തുക്കൾ! അല്ലെങ്കിൽത്തന്നെ ക്യാംപസ് സെലക്ഷനുകളിലൂടെ പേരുകേട്ട എംഎൻസികളിൽ കയറിപ്പറ്റാനുള്ള മത്സരപ്പാച്ചിലിൽ സാങ്കേതികതയുടെ സമൂഹബോധത്തിനെന്തു കാര്യം. പക്ഷേ, ഈ 129-ാം നമ്പർ മുറി മരണവീടായിരിക്കുന്നു. ഒരിക്ക

ലും കണ്ടും കേട്ടും വായിച്ചിട്ടുമില്ലാത്ത പുഴുകുന്ന ഏകാന്തത. സാക്ഷികളായി ഞങ്ങൾ രണ്ടു പ്രതിമകളും പൊള്ളുന്ന സൂര്യനും ഒരു മൂങ്ങയും.

ആരോ വാതിലിൽ മുട്ടി. "കമിംഗ് പ്ലീസ്." ചാരിയ വാതിൽ തുറന്ന് വാർഡൻസാർ മുറിയിലേക്കു വന്നു. ഞങ്ങൾ എഴുന്നേറ്റു.

"പോയകാര്യം എന്തായി?"

"ഒരു പ്രയോജനവുമില്ല സാർ. "

"ആ പത്രക്കാരോടെന്താ പറയ്ാന്നാ. ഇർറെസ്പോൺസിബിൾ ഫെല്ലോസ്-"

വാർഡൻ സാർ ആരെയൊക്കെയോ ചീത്ത പറഞ്ഞുകൊണ്ട് വാതിൽ ആഞ്ഞടച്ചു പോയി. വീണ്ടും ശൂന്യത, ശൂന്യത, ശൂന്യത.

ഉണ്ണീ, ചാരിയ വാതിൽ ആഘോഷത്തോടെ തുറന്ന് കയ്യിലെ കവിത മേശപ്പുറത്തെറിഞ്ഞ് മലർന്നു കിടക്കുന്ന എന്റെ വയറ്റത്തു കയറിയിരുന്ന് ഇക്കിളികൂട്ടിച്ചിരിച്ച് രണ്ടു വരി പാടൂ-

നക്ഷത്രക്കാരണവർ അമ്പിളിപ്പെണ്ണിനോടു ചോദിച്ചു. നിലാവിന്റെ വയലുകൾ കൊയ്യാൻ കിടക്കെ അടക്കം വിട്ട ചിരിയുമായി നീ എങ്ങുപോകുന്നു.?

സൂര്യന്റെ സ്ഫടികത്തിൽ ആമ്പൽപറിക്കാൻ പോകുന്ന അവൾ നാണിച്ച് മേഘം കൊണ്ട് മുഖം മറച്ചു.-

"ബാപ്പ വരുമ്പോളെന്താ പറയാന്നാ എനിക്കറിയാത്തത്" ജോസഫ് ആത്മഗതം പോലെ പറഞ്ഞു.

മാസത്തിലൊരിക്കൽ വിടർന്ന ചിരിയും വായ്നിറയെ മുറുക്കാനും രണ്ടുസഞ്ചി നിറയെ സാമാനങ്ങളും ഉറക്കെയുറക്കെയുള്ള വർത്തമാനങ്ങളുമായി ഞങ്ങളെല്ലാവരും ബാപ്പ എന്നു വിളിക്കുന്ന ഉണ്ണിയുടെ ഉപ്പ വണ്ടിക്കാരൻ കുഞ്ഞഹമ്മദ് ആലഭാരത്തോടെ കടന്നുവരും.

"എന്താ മക്കളേ എന്തൊക്കെണ്ട് ബിശേഷങ്ങള്-"

"ബാപ്പ വരാതിരിക്കട്ടെ ഒരിക്കലും."

"മുറിപൂട്ടി എങ്ങോട്ടെങ്കിലും പോയാലോന്ന് തോന്നാ."

"എന്തായാലും ബാപ്പ എല്ലാമറിയും. നമ്മളെന്തു ചെയ്യാനാ അജീ-"

പകലെങ്ങനെയെങ്കിലും കഴിച്ചു കൂട്ടാം. രാത്രികളിൽ കിടക്കുമ്പോൾ ഉണ്ണി കവിതയുമായി വന്ന് ഇക്കിളി കൂട്ടുന്നു. നിങ്ങളുറങ്ങുകയാണല്ലേ? നീലിമയുടെ സംശയങ്ങളെല്ലാം തീർത്തപ്പോഴേക്കും നേരം വൈകി. അവൻ കണ്ണിറുക്കി ചിരിക്കുന്നു.

തലയ്ക്കും തൂക്കുമരത്തിനുമിടയിൽ

ദൂരം കുറയുന്നു.
ചോദ്യക്കൊളുത്തുകളിൽ
ചോര പൊടിയുന്നു.
അരുത്,
ചോദ്യങ്ങളരുത്.
പുസ്തകങ്ങൾ നിറയെ ശാസനങ്ങളാണ്.
എനിക്കെങ്ങനെ കഴിയും.
വെറുമൊരു വളർത്തുനായാവാൻ
ചങ്കുപൊട്ടും വരെ കുരച്ചു കൊണ്ടിക്കുക
ഒരു തെരുവുനായുടെ ജന്മാവകാശമാണ്.

അവന്റെ ചിരിയോടൊപ്പം കവിതയും പതുക്കെപ്പതുക്കെ ഇരുൾ വന്നു നിറയുന്നു.

കണ്ണെത്താദൂരത്തെങ്ങും മുൾച്ചെടികളും കുറ്റിക്കാടുകളും നിഗൂഢ വിജനതയും. മുൾവഴികൾക്കു നടുവിൽ പാറപ്പുറത്ത് ഒറ്റപ്പെട്ടൊരു കാഞ്ഞിരവും പായൽ മൂടിക്കിടക്കുന്ന ഒരു പൊട്ടക്കുളവും. ആ കാഞ്ഞിരച്ചുവട്ടിൽ തലകളിൽ തീയാളുന്ന വേട്ടുവൻമാർക്കിടയിൽ മുഹമ്മദുണ്ണി ചുരുണ്ടു വിറച്ചിരുന്നു. അവരുടെ കാലുകൾ നിലത്തുമുട്ടിയിരുന്നില്ല. അവർ അട്ടഹസിച്ചപ്പോൾ വിജനതയിൽ നിന്ന് കാറ്റിന്റെ ചെന്നായ്ക്കൂട്ടങ്ങൾ വലിയ ശബ്ദത്തോടെ കുതിച്ചെത്തി.

"ഇവറ്റകളേക്കാൾ വേഗത്തിലോടിയാൽ നിന്നെ ഞങ്ങൾ തിന്നാതെ വിടാം."

ഒരു വേട്ടുവൻ മുഹമ്മദുണ്ണിയോട് പല്ലിളിച്ചു പറഞ്ഞു.

ആദ്യം ഒന്നറച്ചെങ്കിലും അതു പിന്നെയും നിർബന്ധിച്ചപ്പോൾ മുഹമ്മദുണ്ണിയുടെ മനസ്സിൽ ജീവന്റെ കുതിരകൾ ചുരമാന്തി. അവൻ ഏന്തിവലിഞ്ഞ് കാറ്റിനോടൊപ്പം ഓടി.

ഠേ....

മുഹമ്മദുണ്ണി ഉരുളൻ കല്ലുകൾക്കു മേൽ മുഖമടച്ചു വീണു. പിന്നിൽ നിന്ന് ആരവങ്ങളുയർന്നപ്പോഴാണ് താൻ മരിച്ചിട്ടില്ലെന്ന് അവന് മനസ്സിലായത്. ജീവിതത്തിന്റെ സർവ്വശക്തികളും സംഭരിച്ച് അവൻ ഒരിക്കൽ കൂടി കുതിച്ചു, കാറ്റിനൊപ്പം കൊടുങ്കാറ്റായി!

ബുഷ് ഷ് ഷ്....

ഇത്തവണ വേട്ടുവൻമാരുടെ പന്തംകൊണ്ടുള്ള ഏറ് മുഹമ്മദുണ്ണിയുടെ പുറംഭിത്തി തുളച്ചു കയറി. ചോരപ്പൂക്കുറ്റികൾ അഗ്നിഗോളങ്ങളു

യർത്തി. അവൻ ചെമ്മണ്ണിൽ കുഴഞ്ഞ് മുട്ടുകുത്തിയിരുന്നു. പിന്നെ, കമിഴ്ന്നു വീണു.

"ഉണ്ണീ-"

ഒരലർച്ചയോടെ ജോസഫ് കട്ടിലിൽ നിന്നു താഴേക്കുരുണ്ടു വീണു. 'ജോസഫ്, ജോസഫ്'. അജി കലുക്കി വിളിച്ചപ്പോൾ അവൻ പകച്ചെണീറ്റിരുന്ന് അജിയെ കെട്ടിപ്പിടിച്ചു കരഞ്ഞു.

അവൻ കണ്ട, നിറയെ ചോരമണക്കുന്ന സ്വപ്നം അവനെന്നോടു വിശദീകരിച്ചു. ഞാനവനെ സമാധാനിപ്പിച്ചു. എല്ലാം ശരിയാകും. ഒരു കൂജ തണുത്തവെള്ളം നിർത്താതെ കുടിച്ച് അവനെന്നോടു ചോദിച്ചു:

"ഉണ്ണിയുടെ ബാപ്പ വരുമ്പോൾ ഇനി നമ്മളെന്താണ് പറയുക?"

*****

വീതുളി

ആശാരി പരമൻ അമ്പലക്കുളത്തിന്റെ മരതകത്തിൽ മുഴുകി, പാതി പൊളിഞ്ഞ കൽപടവുകളിൽ വെറുതെയിരുന്നു. കുളത്തിനപ്പുറം, നനഞ്ഞു കിടക്കുന്ന പാടങ്ങൾക്കപ്പുറം വെയിലിന്റെ നനുത്ത ചുവപ്പുരാശി പരക്കാൻ തുടങ്ങിയിരിക്കുന്നു. മീശമോമതിന്റെ ചായപ്പീടികയിൽ നിന്ന് പരമൻ താനറിയാതെത്തന്നെ കുളക്കടവിലേക്ക് ചേരുകയായിരുന്നു. മനസ്സിന് വല്ലായ്മ തോന്നുമ്പോൾ പരമന് കുളക്കടവിൽ ചെന്ന് ഒറ്റയ്ക്കിരിയ്ക്കാൻ തോന്നും. ചെറുപ്പത്തിൽ തൊട്ടേ തുടങ്ങിയ ഒരു ശീലം. ചാക്യാരെപ്പോലെ കുളത്തിന്റെ പച്ചമടയിലേക്ക് കൂപ്പുകുത്തി അപ്രത്യക്ഷനാവാൻ തോന്നി പരമന്. അല്ലാതൊരു വഴിയും കാണുന്നില്ല.

ഉദിനൂരമ്പലത്തിലെ കൂത്തിനിടക്ക് താൻ പരിഹസിച്ച ചെറിയേടത്തു പാറു സദസ്സിൽ എഴുന്നേറ്റു നിന്ന് ഉടുതുണി പൊക്കി പുലയാട്ടിയപ്പോൾ അരങ്ങിൽ നിന്ന് അമ്പലക്കുളത്തിലേക്കു കുതിച്ചതാണ് ചാക്യാർ. അതിൽ പിന്നീട് ഉദിനൂരമ്പലത്തിൽ കൂത്തില്ല. അമ്മമ്മ പറഞ്ഞു തന്നതാണ്. ചാക്യാർക്ക് സദസ്സിനു മുമ്പിലേ നാണം കെടേണ്ടി വന്നുള്ളൂ. തന്റെ ജന്മം തന്നെ തനിക്കെതിരെ തുണിപൊക്കി നിൽക്കുന്നു.

വെള്ളത്തിലെ അയാളുടെ പ്രതിബിംബത്തിലേക്ക് ചാക്യാരുടെ ഓർമ്മകൾ പോലെ മീനുകൾ തലനീട്ടി. പരമൻ ഒരു ചെറിയ കല്ലെടുത്ത് തന്റെ നിശ്ചലബിംബത്തെയെറിഞ്ഞു. അതു ചില്ലു പാത്രം പോലെ വെള്ളത്തിൽ തകർന്നു ചിതറി.

“ഇയ്യെന്താ പരമോ വെളിച്ചാമ്പോ കൊളക്കടവിലിരുന്ന് കിനാവ് കാണാ, പെണ്ണുങ്ങൾക്കൊന്നും കുളിക്കണ്ടേ?”

ചെറേലെ മീനാക്ഷിയാണ്. മൂപ്പത്ത്യാരാണ് അമ്പലത്തിലെ സർവ്വാധികാര്യക്കാർ. പരമനെണീറ്റ് മീനാക്ഷിയമ്മയോട് ചിരിച്ചെന്നു വരുത്തി കുളപ്പടവുകൾ കയറി. അവന്റെ പന്തിയല്ലാത്ത പോക്കിലേക്ക് ഒന്നു തിരിഞ്ഞ് മീനാക്ഷിയമ്മ വെള്ളത്തിലേക്കിറങ്ങി.

ഇരുവശവും ഇലഞ്ഞിപൂത്ത ഇടവഴിയിലൂടെ പരമൻ നടന്നു. ഇലഞ്ഞിക്കൂട്ടങ്ങളുടെ ഇടയിൽ വെളുത്ത മൂന്നു ഗന്ധരാജൻ പൂക്കൾ അപ്പോളാണ് പരമൻ ശ്രദ്ധിച്ചത്. അതിലൊന്നിറുത്ത് അയാൾ വാസനിച്ചു. വീണ്ടും നടക്കുന്നതിനിടയിൽ പെട്ടെന്ന് കഴിഞ്ഞ തിരുവോണത്തിനു

കണ്ട സിനിമ പരമന് ഓർമ്മ വന്നു. കാമുകിയോട് പ്രണയമഭ്യർത്ഥിച്ച് , മറുപടി കാത്ത് ബംഗ്ലാവിന്റെ മുറ്റത്ത് അക്ഷമനായി ഉലാത്തുന്ന നായകൻ. നായകന്റെ കാഴ്ചയിൽ ഗേയ്റ്റുവരെ വിസ്തൃതമായ പൂന്തോട്ടം. ഇപ്പോൾ സ്ക്രീൻ നിറയെ ഒരു ചുവന്നു വിടർന്നു ചോര തുളുമ്പുന്ന പനിനീർ പൂവ്, അതിറുത്ത് ഓരോ ഇതളുകളും അർച്ചനയിലെന്നപോലെ പറിച്ചെറിയുന്ന കാമുകൻ. വരും, വരില്ല, വരും വരില്ല വരും വരില്ല -പരമന് ചിരി വന്നു. അവൻ ഗന്ധരാജൻ പൂവിന്റെ ഇതളുകൾ ഓരോന്നായി പറിച്ചു. പൊളിക്കും, പൊളിക്കില്ല, പൊളിക്കും, പൊളിക്കില്ല, പൊളിക്കും-

"ഇയ്യെന്നേ പരമോ പൂജ തുടങ്ങി." എതിരെ വന്ന വെട്ടുകാരൻ കോർമ്മനെ കണ്ടപ്പോൾ പരമൻ ഒരു വിഡ്ഢിച്ചിരി ചിരിച്ചു ജാള്യത്തോടെ പൂവ് പിന്നിലേക്ക് പിടിച്ചു.

"അന്റടുത്ത് ഇത്തിരി പൊകല ഇട്ക്കാണ്ടാ?"

"ഇല്യ കോർമേട്ടാ, കഴിഞ്ഞു."

ഛെ, നാശം. പരമൻ കോർമനെ മനസ്സിൽ പ്രാകി. പണ്ടാറക്കാലൻ എണ്ണം തെറ്റിച്ചു. അയാൾ പൂവ് വേലിയിലേക്കെറിഞ്ഞു. പൊട്ടി തിരിച്ചവനെപ്പോലെ പരമൻ സ്വയം മറന്നു നടന്നു.

മിനിഞ്ഞാന്ന് മീശമോമതിന്റെ പീടികയിൽ ചായ കുടിച്ചുകൊണ്ടിരിക്കുമ്പോളാണ് ചേന്നാട്ടെ വല്യ കമ്മള് വേലായുധൻ നായർ പരമനെ അപ്പുറത്തേക്ക് വിളിച്ച് സ്വകാര്യം പറഞ്ഞത്, "പരമാ തറവാട് പൊളിക്കാൻ തീരുമാനിച്ചു. നീയ്യ് നാളെ രാവിലെത്തന്നെ പണി തൊടങ്ങിക്കോ" പരമന് തല വെട്ടേറ്റ് തൊട്ടപ്പുറത്ത് തെറിച്ചു വീണതുപോലെ തോന്നി. അയാൾ വേലായുധൻ നായരെ മിഴിച്ചു നോക്കി. "ഇങ്ങളെന്താ കമ്മളേ ഈ പറേണ്, തറവാട് പൊളിക്ക്യേ?"

"നെന്റെ വെഷമം വേലായുധേട്ടന് അറിയാഞ്ഞിട്ടല്ല പരമാ. ഇയ്ക്കും വെഷമല്ല്യാഞ്ഞിട്ടല്ല. സുകു ഡല്ലീലന്നെസ്ഥിരാവാത്രെ. പിന്നെ അപ്പു പറഞ്ഞത് അച്ഛൻ ആ പട്ടിക്കാട്ട്ന്ന് എന്റടുത്തേക്കു വരൂന്നാണ്. ഞാനും ജാനകീം അനുസരിക്കല്ല്യാണ്ടന്ത് ചിയ്യാനാ"?

"ന്നാലും ന്റെ കമ്മളേ-"

"ഈ പട്ടിക്കാടിന്റെ വെല ഞാനെത്ര പറഞ്ഞിട്ടും അവർക്കു മനസ്സിലാവണില്യ പരമാ. പിന്നെ എല്ലാവരോടും എതിർത്ത് അവിടെത്തന്നെ കൂടാന്ന് വെച്ചോ. ഇന്റീം ജാനകീടീം അവസ്ഥ അണക്കറ്യേണതല്ലേ. അവരടെ കൂട്യാവുമ്പോ മരിക്കുമ്പോ ഇത്തിരി വെള്ളെങ്കിലും കിട്ടില്ലേന്നാണ് ജാനകീം പറഞ്ഞത്."

വേലായുധൻ നായർ കൻമതിലിൽ പിടിച്ചു നിന്നു കിതച്ചു. അയാളു

ടെ കണ്ണുകൾ നിറഞ്ഞു വീർക്കുന്നതു കണ്ട് പരമൻ കണ്ണുകൾ താഴ്ത്തി. വേലായുധൻ കമ്മളെ ഇത്ര പരവശനായി കണ്ടിട്ടില്ല.

പരമന്റെ ജന്മത്തിന്റെ തെളിവാധാരമാണ് വേലായുധൻ നായർ പൊളിക്കാൻ ആവശ്യപ്പെടുന്നത്. തച്ചന്റെ തലമുറയുടെ ശാപം. സൃഷ്ടി സ്ഥിതി സംഹാരങ്ങളുടെ മായ. പക്ഷേ, അതിന്റെ വംശസ്മൃതികളല്ല പരമനെ അലട്ടിയത്. അതിനേക്കാൾ ആഴത്തിൽ താഴ്വേരാഴ്ത്തി നിൽക്കുന്നു ബഹുരൂപിയായ അച്ഛൻ, ആശാരി കറപ്പൻ.

പരമന് ചെന്നാട്ടെ തറവാട് കാണുന്നത് അച്ഛനെ കാണുന്നതിന് തുല്യമാണ്. ഇപ്പോഴും ഇടയ്ക്കിടെ പരമൻ ചേന്നാട്ടു ചെല്ലും. മുറ്റത്തുകൂടി തലയുയർത്തി വീടിനെ വലംവെക്കും. പിന്നെ ജാനക്യമ്രാള് കൊടുക്കുന്ന കട്ടൻചായയും കുടിച്ച്, വിസ്തരിച്ചൊന്ന് മുറുക്കി, അഭിമാനത്തോടെ നൂറ്റൊന്നാവർത്തിച്ച അച്ഛന്റെ കഥ വീണ്ടും പറയും. അത് പരമന്റെ അവകാശമാണ്. എത്രകേട്ടതാണെങ്കിലും ജാനികിയമ്മയും ചിലപ്പോൾ വേലായുധൻ നായരും ആദ്യമായി കേൾക്കുന്നതുപോലെ വീണ്ടും അവന്റെ കഥയിൽ മുഴുകും. അവന്റെ കഥ തങ്ങളുടെയും കഥയാണല്ലോ.

പ്രതാപിയായ ചേന്നാട്ടെ കുട്ടപ്പാരുടെ കാലം. ചേന്നാട്ടെ പഴയ ഇടിഞ്ഞുപൊളിഞ്ഞു മേൽക്കൂര തൂങ്ങിയ തറവാടിനു പകരം പറമ്പിൽ കുറച്ചുകൂടി മുകൾഭാഗത്തായി പുതിയൊരു വീടുപണി നടക്കുന്നു. വീടിന്റെ ആശാരിപ്പണി മറ്റെല്ലാമൂത്താശാരിമാരെയും അമ്പരപ്പിച്ചുകൊണ്ട് കുട്ടപ്പാര് ആശാരി കറപ്പനാണ് കൊടുത്തത്. പതിനെട്ടു വയസ്സുമാത്രം പ്രായമായ, മീശ കുരുക്കാത്ത, ആശാരിപ്പണിയിൽ വെറും ശിശുവായ കറപ്പന്. മൂത്താശാരിമാരും നാട്ടുകാരും ഒന്നിച്ചു മൂക്കത്തു വിരൽ വെച്ചു. കുട്ടപ്പാരുടെ ഒരു നെഞ്ഞൂക്ക്! അത്രയും വലിയ വീടിന്റെ പടിഞ്ഞാറ്റ കണക്കു തെറ്റാതെ കൂട്ടാൻ കറപ്പനാവില്ലെന്ന് ആശാരിമാർ അടക്കം പറഞ്ഞു.

ചേന്നാട്ടെ പുതിയ തറവാട് അതാ ഉയരുകയായി. കറപ്പന്റെ കടിഞ്ഞൂൽക്കനി. പടിഞ്ഞാറ്റ കൂട്ടുന്ന ദിവസം മറ്റാശാരിമാർ പറമ്പിലുള്ള കരിമ്പനകളിൽ കയറിയിരുന്നു, കൂവാനായി. പക്ഷേ, കുട്ടപ്പാരെപ്പോലും അത്ഭുതപ്പെടുത്തിക്കൊണ്ട് ആ നാട്ടിൽത്തന്നെ ആദ്യമായി കറപ്പൻ പടിഞ്ഞാറ്റയുടെ പുറക്കൂട്ട് ഓറ്റയടിക്ക് മുകളിൽ വെച്ചു തന്നെ കൂട്ടി. കരിമ്പനകളിൽ കാത്തിരുന്നവർ ഇളിഭ്യരായി തലയിൽ മുണ്ടിട്ട് പിരിഞ്ഞുപോയെന്നു കഥാശേഷം.

പിന്നീട് കറപ്പന്റെ പടയോട്ടമായിരുന്നു, മൂത്താശാരികളുടെയും മൂപ്പ

നായി. പക്ഷേ, കറപ്പൻ തന്നെ താനാക്കിയ ചേന്നാട്ടു വീട്ടിലെ ഒരംഗമായിരുന്നു. ഇടയ്ക്കിടെ മുറ്റത്തു ചെന്നു നിന്ന് തലയുയർത്തി അയാൾ പടിഞ്ഞാറ്റയോടു സംസാരിച്ചു. തന്റെ മക്കളോട് പതിവായി പറയാറുണ്ടായിരുന്ന പല്ലവി തന്നെയാണ് കറപ്പൻ തന്റെ അവസാന നിമിഷത്തിൽ പരമന്റെ കൈ കൂട്ടിപ്പിടിച്ച് മന്ത്രിച്ചത്. മക്കളേ, നിങ്ങക്കച്ഛനെ കാണാൻ തോന്നുമ്പോ ചേന്നാട്ടു പോയാ മതി. അച്ഛനവിടുണ്ടാവും.

ഇറയത്തു കുനിഞ്ഞിരുന്ന പരമന്റെ മുമ്പിൽ ചൂടു പാറുന്ന കാപ്പി കൊണ്ടുവന്നുവെച്ചു സരസ്വതി. അവളുടെ അവജ്ഞയോടെയുള്ള തിരിഞ്ഞുപോക്കിലേക്ക് പരമൻ തലയുയർത്തി. പണ്ടൊക്കെ ഇവൾക്ക് തന്നോടെന്തൊരു ബഹുമാനമായിരുന്നു. തന്നെ അവൾ ഒരിക്കലും സ്നേഹിച്ചിരുന്നില്ലെന്ന് പരമന് തോന്നി. പക്ഷേ, ദൈവമായി ആരാധിച്ചിരുന്നു. ഇപ്പോൾ അവൾക്ക് തന്നോട് വെറുപ്പാണ്. കെട്ടിയവൻ കൈമലർത്തിയ മൂത്ത മകൾ പാർവ്വതിക്കിത് പത്താം മാസമാണ്. കാലവർഷം തുടങ്ങാറായിട്ടും പുര കെട്ടിമേഞ്ഞിട്ടില്ല. ഓല കമ്മള് തരാമെന്നു പറഞ്ഞതാണ്. ഓല മാത്രം പോരല്ലോ പുരമേയാൻ. കുട്ടനാണെങ്കിൽ സ്ക്കൂളിൽപ്പോക്കു മൂന്നു ദിവസം കൊണ്ടു നിർത്തി. പുതിയ ഉടുപ്പും കുടയുമില്ലാതെ അവനെങ്ങനെ സ്ക്കൂളിൽ പോകാൻ. പിന്നെങ്ങനെയാണ് സരസു വെറുക്കാതിക്കുക. അവൾ ആവുന്ന തരത്തിലെല്ലാം കെഞ്ചിയതാണ്.

“വളരെക്കാലത്തിനുശേഷം കിട്ട്യേ പണ്യാണ്. കുറച്ചീസത്തിന് ണ്ടാവും ചെയ്യും. ങ്ങള് ചീതില്ലെങ്കി ആങ്കുട്ട്യോള് പണി കൊണ്ടോവും. ഞാൻ പറഞ്ഞിലാന്ന് വേണ്ട. വയറ് കത്തിക്കരീമ്പളാ ഒരു പുരാണം പറഞ്ഞിരിക്കല്.”

സരസു പറയുന്നതും ശരിയാണ്. വലിയ കുടുംബത്തിൽ പിറന്ന അവളെ താനെത്ര കണ്ണീരു കുടിപ്പിച്ചു. അവൾക്കവളുടേതായ ശരികൾ, ന്യായങ്ങൾ. തന്റെ മനസ്സ് ആരറിയുന്നു. പരമൻ തല കൈകളിൽത്താങ്ങി ശബ്ദമില്ലാതെ കരഞ്ഞു. ഉദിനൂര് ഭഗവതീ....

പരമന്റെ പ്രാണസ്നേഹിതനായ രാമൻകുട്ടിയുടെ കൂടെ വലിയ വീട്ടിലെ സർവ്വസൗഭാഗ്യങ്ങളിൽ നിന്നും പ്രേമിച്ച് ഒളിച്ചോടി പോന്നതാണ് സുന്ദരിയായ സരസ്വതി. അവരുടെ പ്രേമത്തിന്റെയും വിവാഹത്തിന്റെയും മറ്റെല്ലാക്കാര്യങ്ങളുടെയും സൂത്രധാരൻ രാമൻകുട്ടിയുടെ ആത്മമിത്രം പരമനായിരുന്നു. സരസ്വതി പൂർണ്ണ ഗർഭിണിയായിരുന്ന ഒരു ദിവസം രാവിലെ കല്ലുവെട്ടുമടയിലേക്ക് പോയ രാമൻകുട്ടി മടയിടിഞ്ഞ് ജീവസമാധിയായി. മറ്റു ഗത്യന്തമില്ലാതെ, സരസ്വതിയുടെ പോലും എതിർ

പ്പിനെ വകവെക്കാതെ അവളെ തന്റെ ചെറ്റക്കുടിലിലേക്കു കൊണ്ടുപോന്നു പരമൻ. സുന്ദരിയായ സരസ്വതിക്കുവേണ്ടി രാമൻകുട്ടിയെ ചതിച്ചതാണ് പരമനെന്നു പോലും നാട്ടുകാർ കുശുകുശുത്തു. രാമൻകുട്ടി മരിച്ച് മൂന്നുവർഷങ്ങൾക്കു ശേഷം സരസ്വതിയുടെ കണ്ണീരിൽക്കുതിർന്ന നിർബന്ധത്തിനു വഴങ്ങിയാണ് പരമൻ അവളുടെ ശരീരത്തിൽ മടിച്ച് മടിച്ച് കണ്ണു ചിമ്പി തൊട്ടതെന്ന സത്യം ദൈവം തമ്പുരാനടക്കം മൂന്നാൾക്കേ അറിയൂ.

"സരസ്വോ–" പരമൻ ചിന്തകളിൽ നിന്നുണർന്ന് ഭാര്യയെ വിളിച്ചു. "ഉളിപ്പെട്ടിയെടുക്ക്" സരസ്വതി ആദ്യമായി കാണുന്നതുപോലെ ഭർത്താവിനെ നോക്കി. ആ നോട്ടത്തിൽ ഒരു ജന്മത്തിന്റെ ക്ഷമ പറച്ചിൽ മുഴുവനുണ്ടായിരുന്നു. പരമേട്ടാ, ഈ പാപിയോടു പൊറുക്കൂ. അവൾ മനസ്സിൽ കരഞ്ഞുകൊണ്ട് ഉളിപ്പെട്ടി നീട്ടി. "ഒരു സഹായത്തിന് കണ്ണനേം കൂടെ–"

"വേണ്ട"

വെയിലും തണലും നിശബ്ദതയും കൂടിക്കുഴഞ്ഞ നരച്ച ഇടവഴിയിലൂടെ പരമൻ നടന്നു. അളക്കാനാവാത്ത ദൂരങ്ങൾ. തൊണ്ട വരളുന്നു. കണ്ണുകളിൽ ഇരുട്ടു നിറയുന്നു. കാലടികൾ നിലംതൊടുന്നില്ല. ഉളിപ്പെട്ടിയുടെ കനം കൂടിക്കൂടി വരുന്നു. അയാളത് തലയിൽ വെച്ചു. ഇപ്പോൾ താൻ നടക്കുകയല്ല, തുഴയുകയാണ്. കൂരിരുട്ടിന്റെ ആഴത്തിലൂടെ സ്ഥലകാലങ്ങൾക്കു മീതെ പരമന്റെ മുങ്ങിക്കപ്പൽ ഒഴുകി. ഇരുട്ടിന്റെ സമുദ്രത്തിൽ ദൂരെദൂരെയായി തന്റെ വെണ്ണക്കൽ കൊട്ടാരം. അടുക്കുന്തോറും ദൂരമേറുന്ന തന്റെ കൊട്ടാരത്തിലേക്ക് പരമൻ ഇരുട്ടിലൂടെ തുഴഞ്ഞുകൊണ്ടേയിരുന്നു......

*****

ഉദിയനൂരിലെ നായാട്ടുകാർ

രാവിലെ, താഴത്ത്, വടക്കുപുറത്തു നിന്ന് വല്യമ്മയുടെ ഉറക്കെയുറക്കെയുള്ള വർത്തമാനം മുകളിലെ നടുമുറിയിൽ എന്റെ ഉറക്കത്തിലേക്ക് ചിലമ്പിക്കൊണ്ടിരുന്നു. കൂടെയുള്ള ശബ്ദം വല്യമ്മയുടെ വെള്ളപ്പൊക്കത്തിൽ മുങ്ങിത്താഴുന്നു. വല്യമ്മക്ക് വർത്തമാനത്തിന് ആരെയെങ്കിലും കിട്ടിയാൽ പിന്നെ അന്നേക്കായി. ചെവി കുറച്ചു പതുക്കെയാണ്. വീടു മുഴുവൻ കുലുങ്ങുംവണ്ണം ഉറക്കെയാണ് സംസാരം. അതിനിടക്ക് നൂറ്റൊന്നാവർത്തിക്കുന്ന വിശാലമായ മുറുക്കും. സംസാരം മാത്രമേയുള്ളൂ. ആളൊരു ശുദ്ധയാണ്. പരമസാത്വിക. ആർക്കും എന്തും കൊടുക്കും. കല്യാണം കഴിച്ചിട്ടില്ല. എപ്പോഴും പൂജയും തേവാരവും തന്നെ. ആരാണാവോ ഇത്ര രാവിലെ വല്യമ്മക്ക് പഞ്ചായത്തിന്-

ജനാലയിലേക്കു പടർന്ന ശീമക്കൊന്നത്തലപ്പിലിരുന്ന് ഒരു കാക്ക ആടിയാടി തൊണ്ടപൊട്ടി നിലവിളിക്കുന്നു. ക്രാ...ക്രാ...

"നാശങ്ങള്, രാവിലെത്തന്നെ ആരെ വിളിച്ചു വർത്താണാവോ?"

വല്യമ്മ ആ കാക്കയെ പ്രാകിയാട്ടി. സമയം എട്ടായിരിക്കുന്നു. ഇന്നത്തെ ഉറക്കം ഗോവിന്ദ -

ഞാൻ എണീറ്റു.

വടക്കുപുറത്ത് വല്യമ്മയോട് പഞ്ചായത്തുവെക്കുന്നത് പാറുത്തള്ളയാണ്. വെളുത്തേടത്തു പാറുത്തള്ള. അവർ ഒരു ചന്തി ഒതുക്കിൽവെച്ച് കുനിഞ്ഞിരിക്കുന്നു. അടുത്തുതന്നെ പ്രസിദ്ധമായ ഭാണ്ഡവുമുണ്ട്. സംസാരിക്കുമ്പോൾ അവരുടെ നഗ്നമായ തൂങ്ങിയ മുലകൾ ക്രമം തെറ്റിയാടുന്നു. ചുണ്ടുകൾ ചുവപ്പൊഴുകുന്നു. ഉണങ്ങിച്ചുങ്ങിയ ശരീരമാകെ വിണ്ടിരിക്കുന്നു. അടരുകളായി ചിതമ്പലുകൾ, അവിടവിടെ കറുത്ത തുരുത്തുകൾ, വെളുത്ത പഞ്ഞിക്കെട്ടുപോലെ തല. പാറുത്തള്ളക്കിന്നും മാറ്റമൊന്നുമില്ല. എനിക്കോർമ്മ വെച്ചതുമുതൽ അവരിങ്ങനെത്തന്നെ കാലത്തിനു നേരെ പുറം തിരിഞ്ഞു നിൽപ്പാണ്.

"എന്താ തള്ളേ, അറിയ്യോ?"

ഞാൻ വെളിച്ചത്തിലേക്കു ചെന്നു. പീളകൾ തുടച്ചുകൊണ്ടവർ കണ്ണിറുക്കി. കൈവിരലുകൾക്കിടയിലൂടെ മുറുക്കാൻ നീട്ടിത്തുപ്പി.

"ഇതാപ്പോ നന്നായെ, തള്ളടെ കുട്ട്യോളെ തള്ളയ്ക്ക് മറക്കാമ്പറ്റ്വോ?"

അവർ നിറഞ്ഞു ചിരിച്ചു. ചുവപ്പൊഴുകി, മുലകളാടി. ആ നരച്ചു പീളയടിഞ്ഞ കണ്ണുകൾ എന്നെ തൂക്കുകയായിരുന്നു.

"തടി പിന്നീം പിന്നീം കീഴ്പ്പട്ടാണലോ കുട്ടാ..."

അവർ നാട്ടുവർത്തമാനങ്ങളുടെ ഭാണ്ഡം അഴിച്ചിരുന്നു. ഞാൻ മൂളിക്കൊണ്ടിരുന്നു. എനിക്ക് പണ്ടും ഇത്തരം പഴം വർത്തമാനങ്ങൾ ഇഷ്ടമായിരുന്നു. നാടുവിട്ടതിനുശേഷം ആ ഹരം വീണ്ടും കൂടിയിട്ടേയുള്ളൂ. തള്ളക്ക് ചെവി കുറച്ചു പതുക്കെയാണ്. ഉറക്കെ മൂളിയില്ലെങ്കിൽ വർത്തമാനവും നിർത്തി, നീട്ടിത്തുപ്പി, പൊക്കണവുമെടുത്ത്, അവർ അവരുടെ പാട്ടിനു പോകും. ഞാൻ ഉറക്കെ ശ്രദ്ധയോടെ, മൂളിക്കൊണ്ടിരുന്നു. വല്യമ്മ വലിഞ്ഞിരിക്കുന്നു! ആ കാക്ക കരച്ചിലടക്കി തെങ്ങോലയിൽ ഞങ്ങളുടെ വർത്തമാനത്തിലേക്ക് മൂകമായിരുന്നു.

ഉദിയനൂരിന്റെ അലക്കുകാരിയാണ് പാറുത്തള്ള. ഇപ്പോൾ അലക്കൊന്നുമില്ലെങ്കിലും ഈറൻ മണക്കുന്ന പൊക്കണവുമായി വീടുകൾ കയറിയിറങ്ങുന്ന പതിവ് അവരിന്നും തുടരുന്നു. അതിനിടക്കാണ് പൊടിപ്പും തൊങ്ങലുകളും ചേർത്ത വാർത്താവിനിമയം. ഉദിയനൂരിലെ ഏതു വീട്ടിലെ വടക്കിനിപ്പുറത്തും അവർക്ക് ഒരു ചീന്തു വെറ്റിലയും ഒരു കറമ്പ് പൊകലയും ഒരു കഷണം അടക്കയുമുണ്ട്. ഭക്ഷണത്തിന്റെ നേരത്ത് അതാത് ഭക്ഷണങ്ങളുണ്ട്. വിശേഷദിവസങ്ങളിൽ പകർച്ചയുണ്ട്. അന്യനാടുകളിൽ ജോലിചെയ്യുന്ന ഉദിയനൂർക്കാർ നാട്ടിൽ വന്നാൽ പ്രത്യേക സൽക്കാരമുണ്ട്. അതവരുടെ അവകാശമാണ്. അവർ എങ്ങോട്ടു പോകുമ്പോഴും ഒരു തുണിക്കെട്ട് തൊക്കിൽച്ചേർന്നിരിക്കും. അതില്ലാതെ അവരെ കണ്ടവരുണ്ടോ ആവോ. അവരുടെ അവതാരം തന്നെ വിഴുപ്പുകളിലായിരുന്നത്രെ. മീനമാസത്തിലെ നട്ടുച്ചയ്ക്ക് മാങ്കൊളത്തിന്റെ കരയിൽ അലക്കിക്കൊണ്ടിരിക്കുമ്പോൾ കുമ്മിണിത്തള്ളക്ക് വയറ്റിൽ ചുളുചുളെ കുത്തുന്നതുപോലെ തോന്നി. മാങ്കൊളക്കരയിൽ പാറക്കൂട്ടങ്ങൾക്കിടയിൽ കൂട്ടിയിട്ടിരുന്ന വിഴുപ്പിൽ പാറുത്തള്ളയെ പ്രസവിച്ചു. കഥയാണ്, ചരിത്രാതീതം.

എന്തായാലും മഴ നനഞ്ഞു പിഴിയാതെ കരിമ്പനയടിച്ച മുണ്ടിന്റെ മണമാണവർക്ക്. അവരും മറ്റുള്ളവരെ മണം കൊണ്ട് തിരിച്ചറിഞ്ഞു. നാട്ടിലോരോരുത്തരുടെയും വസ്ത്രങ്ങൾക്ക് ഓരോ മണമാണ്. ആ മണത്തിന്റെ മായികം അവർക്കേ അറിയൂ. കൂനിപ്പിടിച്ച്, ശരവേഗത്തിൽ നടക്കുന്ന തള്ളക്ക് ഒരു നൂറു വയസ്സെങ്കിലും ആയിക്കാണും. പക്ഷേ, അതവർ സമ്മതിച്ചു തരില്ല. അറുപത്തഞ്ചായ വല്യമ്മയും താനും ഒരേ കിടക്കാരാണെന്ന് അവർ ഇടക്കിടെ ഒരുറപ്പിനുവേണ്ടി പ്രസ്താവിക്കും.

“ഞാനും ചിന്നേശ്ശ്വാരും മാസം മാറ്റേള്ളൂ.”

അവർക്കൊരു മകനുണ്ട്, ഉണ്ണിക്കുട്ടൻ ഒരു മത്തക്കണ്ണൻ. എൺപതുശതമാനം ഒരു അപ്പുക്കിളി. ഭർത്താവ് കല്യാണം കഴിഞ്ഞ് കുറച്ചു ദിവസങ്ങൾക്കുള്ളിൽ എങ്ങോട്ടോ പോയി. വസൂരിക്കലകൾ നിറഞ്ഞ മുഖത്തെ കൊമ്പൻമീശ തടവിത്തടവി തഴമ്പു പിടിച്ച ചൂണ്ടുവിരൽ മാത്രമേ പാറുത്തള്ള മറക്കാതിരുന്നുള്ളൂ. ആളു വലിയ നായാട്ടുകമ്പക്കാരനായിരുന്നു. തന്റെ വെടിയുണ്ടകൾക്കിരയാവുന്ന ബലിമൃഗങ്ങളുടെ പരിഗണനപോലും അയാൾ തനിക്ക് തന്നിരുന്നില്ലെന്ന് പാറുതള്ളയുടെ മനസ്സിലെ വിങ്ങുന്ന സ്വകാര്യ വിഴുപ്പ്. അയാൾ അവസാനകാലത്ത് തള്ളയെത്തേടി തിരിച്ചുവന്നുവത്രെ.

“എന്തൊക്ക്യായാലും യ്ക്ക് ഉടുക്കാൻ തന്ന മന്ഷ്യനല്ലേ. എന്തുമാതിരിണ്ടായിരുന്ന ആളാ. ആ എല്ലും തോലും പൊന്തിയ രൂപം കണ്ടിട്ട് ഇയ്ക്ക് ന്റെ കുട്ട്യേ, ആദ്യം മനസ്സിലായില്ല...” തള്ള പറഞ്ഞു. “ആദ്യൊക്കെ നല്ല സ്നേഹാരുന്നു. പിന്നെപ്പിന്നെ മട്ടുമാറി. ഒരൂസംനീറ്റപ്പോ ആളെക്കാണാല്യ. അന്നു പോയാതാ.” അവർ പീളകെട്ടിയ കണ്ണുകൾ തിരുമ്മി. “ന്നാലും ഒരു വല്യ സമ്പത്താണല്ലോ തന്നിട്ട് പോയത്. മൂപ്പര് മുറിച്ച മുറ്യാ ന്റെ ഉണ്ണിക്കുട്ടൻ...”

കാടിന്റെ അടങ്ങാത്ത ഉൾത്തണുപ്പ് തേടിപ്പോയ ആ മനുഷ്യനോടവർക്ക് സഹതാപമായിരുന്നു.

പാറുത്തള്ളയെ പക്ഷേ, ഞങ്ങളുടെ നാട്ടിലാർക്കും കണ്ണെടുത്താൽ കണ്ടുകൂടാ. തുണിയലക്കാനേ ആ അസത്തു വേണ്ടൂ. ഇപ്പോൾ അതും വല്ല പ്രസവത്തിനോ, മരണത്തിനോ മാത്രം. ആ അശ്രീകരത്തെ ശകുനം കണ്ടൊരു വഴിക്കുപോയാൽ പിന്നെ മടക്കല്യ- ഉദിയനൂരിന്റെ അയൽനാടുകളിലേക്കുകൂടി പരന്ന വിശ്വാസമാണത്. മുത്തശ്ശിമാരിലൂടെ പാറുത്തള്ളയുടെ വിഴുപ്പ് തലമുറകളുടെ പുരാവൃത്ത ഭാരമായി. ഭാണ്ഡവും തൊക്കിൽപ്പേറി കുനിഞ്ഞു വരുന്ന മന്ഥരയെക്കണ്ടാൽ ജീവനിൽ കൊതിയുള്ളവർ യാത്ര തുടരില്ല. അഥവാ നിർബന്ധമാണെങ്കിൽ വല്ലയിടത്തും കയറി ഒരിറക്കു വെള്ളം , ഒരു വായ മുറുക്ക് - പ്രശ്നപരിഹാരം!

ഉദിയനൂരിന്റെ ഇതിഹാസസ്മരണകൾക്കുമേൽ ഒരു പെയ്തൊഴിയാമേഘംപോലെ അവർ നിറഞ്ഞു നിന്നു. എന്റെ ചെറുപ്പത്തിൽ മറ്റേതൊരു കുട്ടിയെയും പോലെ എനിക്കും അവരെ പേടിയായിരുന്നു. രാത്രി കരഞ്ഞാൽ തള്ള വരൂലോ, അമ്മമാർ പറഞ്ഞു. പൊയ്ക്കോ തള്ളേ, ന്റെ കുട്ടി ഇപ്പോ മാമുണ്ണും. സ്ക്കൂളിലേക്കു പോകുമ്പോഴുള്ള പ്രാർത്ഥന

ആ അസത്തിനെ കാണരുതേ എന്നായിരുന്നു. കാണുക മാത്രമല്ല, ചിലപ്പോൾ ആ കരിനാക്കുകൊണ്ട് എന്തെങ്കിലും എഴുന്നള്ളിക്കുകയും ചെയ്യും. അസത്ത്! മരണത്തിന്റെ മൂർത്തി. മരണത്തിന്റെ കരിമ്പനയടിച്ച നനഞ്ഞ നാറ്റം, മരണമൊളിപ്പിച്ച മിന്നുന്ന കറുത്ത ചെതുമ്പലുകൾ, മരണത്തെ മാടുന്ന മുലകളുടെ അവതാളം, മരണത്തെ -

ഇപ്പോഴും എന്തൊക്കെയോ സന്ദേഹങ്ങൾ, ഇതിഹാസങ്ങളിൽ മൗന മുദ്രിതങ്ങളായ യക്ഷപ്രശ്നങ്ങൾ. മുത്തശ്ശിമാരുടെ നരച്ച സ്മരണകളിൽ ചിലന്തിവലകെട്ടിയ, കൽപനകൾ കൊണ്ടു തിടംവെച്ച ആ കഥയും അനേകം ഉപകഥകളും എല്ലാം ഞാനും കേട്ടിട്ടുണ്ട്.

മകരത്തിലെ തണുത്തുറഞ്ഞ പ്രഭാതം. പാറുത്തള്ള മനക്കലേക്കു പോവുകയായിരുന്നു. തൊക്കിൽ സഹയാത്രി. മഞ്ഞിന്റെ തൂവലുകളിൽ അവ്യക്തമാകുന്ന കാഴ്ചകൾ. വടക്കേതിലെ അച്യുതൻ കാളവണ്ടിയിൽ അടക്കവിൽക്കാൻ ചാലിശ്ശേരി ചന്തയിലേക്കു പോവുകയായിരുന്നു. മഞ്ഞിന്റെ കാവടിക്കുള്ളിൽ അവർ മുഖാമുഖം നിന്നു. അൽപം കമ്മ്യൂണിസത്തിന്റെ അസ്കിതയുള്ള അച്യുതൻ അതത്ര കാര്യമാക്കിയില്ല. അയാൾ ചന്തയിൽ നിന്നു മടങ്ങിയത് പക്ഷേ, പായയിൽ കെട്ടിപ്പൊതിഞ്ഞ ചോരപ്പിണ്ഡമായിട്ടായിരുന്നു.

ചോദ്യങ്ങൾക്കു നാവുണ്ടായിരുന്നെങ്കിൽ അവതന്നെ പറഞ്ഞേനെ. പക്ഷെ ഇന്നും അവരെ ഉള്ളുകൊണ്ടു പേടിക്കാത്തവരില്ല. അവർക്കുതന്നെ അവരെ പേടിയാണ്. ആദ്യമൊക്കെ അവർ നാട്ടുകാരെ മുഴുവൻ പുലയാട്ടി. പിന്നപ്പിന്നെ അവർക്കും എന്തോ മനസ്സിലായിത്തുടങ്ങിയിരുന്നു.

"ന്ത്ം ചെയ്യാ, തള്ള അറിഞ്ഞൊരുപദ്രവും ആർക്കും ചീതിട്ടില്യാ. ങ്ഹാ... വിതീന്നല്ലാതെ ന്താപ്പൊതിന്ന് പറയ്യാ.."

ഇതിഹാസത്തിന്റെ ബഹുസ്വരതകൾക്കപ്പുറത്ത് മനുഷ്യസാധാരണതയുടെ തെറിയിലും പിന്നെ വിധിയിലും അവർ അഭയം തേടി.

എന്തായാലും എനിക്കവരെ സഹതാപത്തിനപ്പുറം ഒരു സ്നേഹവും താൽപര്യവുമായിരുന്നു. അലക്കാൻ കൊടുത്ത വരയൻ ഷർട്ടിന്റെ പോക്കറ്റിലെ പോയിയെന്നു കരുതിയ രണ്ടു നൂറു രൂപാനോട്ടുകൾ, തള്ള തിരുമ്പുമ്പോ കിട്ട്യേതാ കുട്ട്യേ എന്നു പറഞ്ഞു തന്ന വിശ്വാസ്യതയേക്കാൾ എനിക്കവരെ ഇഷ്ടമായിരുന്നു.

ഞങ്ങളുടെ വർത്തമാനം മദ്രാസിലെത്തി. എട്ടു കാലികളും വാൽമൂട്ടകളും സഹനത്തിൽ കഴിയുന്ന മേൽക്കൂര. ഞൊണ്ടിയ കുടുസ്സുമുറി, ശ്രവണസുന്ദരരോഗോത്പാദികളായ യന്ത്രരൂപികൾ, കണ്ണുകളിൽ മാ

ണിക്യമൊളിപ്പിച്ച ഊമപ്പെണ്ണ്- എല്ലാം ഞാനൊളിച്ചു. കുറെ നുണകൾക്ക് -മോഹങ്ങൾ കൂടിയാണവ - ചായം തേച്ചു.

അവരുടെ ആവശ്യം കേട്ട് ഞാനമ്പരന്നു.

"ഇപ്രാവശ്യം പോവുമ്പോ കുട്ടീടെ കൂടെ തള്ളേം മദിരാശീക്ക്ണ്ട്."

അമ്പരക്കാതിരിക്കുമോ? മകൻ ഉണ്ണിക്കുട്ടനെയാണെങ്കിൽ മനസ്സിലാക്കാം. ഇത്- തള്ളയ്ക്ക് കൊടുക്കുന്ന സ്വാതന്ത്ര്യം കുറച്ചു കൂടിപ്പോകുന്നുണ്ട്.

"അതിനെന്താ?" എങ്കിലും അവരെ പിണക്കരുതെന്നു കരുതി ഞാൻ ആവുന്നത്ര മയത്തിൽ ചോദിച്ചു. "ഈ വയസ്സുകാലത്ത് ഇവിടെയല്ലേ സുഖം?"

" കൂട്ടി എതിര് പറേര്ത്" അവർ ഒരൽപം ദൃഢമായോ?

"തള്ളേം കൂടെപ്പോരും." എന്റെ മൗനത്തിൽ നിന്ന് എന്റെ വൈമനസ്യം അവരുൾക്കൊണ്ടു എന്നു തോന്നുന്നു."അപ്പൂന്റെ അമ്മ്യാച്ചാൽ അപ്പു തട്ട്വോ. അങ്ങനങ്ങട് കൂട്ട്യാ മതി."

അമ്പടി തള്ളേ. എന്റെ ബലഹീനതയിൽ ത്തന്നെയാണവർ ചൂണ്ടയിട്ടത്. അമ്മ! പ്രസവിച്ച് ഒരു നോക്കു കാണാതെ പിടഞ്ഞു പോയ എന്റെ അമ്മ. അമ്മയെക്കുറി ച്ചോർക്കാൻ ഒന്നുമില്ലെങ്കിലും മനസ്സെന്തോ ആർദ്രമായി. എങ്കിലും വികാരാധീനത പുറത്തുകാട്ടാതെ അകലങ്ങളിലേക്കു കണ്ണിറുക്കുന്ന തള്ളയോടു ചോദിച്ചു. "അപ്പോ, ഉണ്ണിക്കുട്ടനില്ലേ തള്ളേ?"

"ഓനും പറക്കാറായി" തള്ള പറഞ്ഞു അവർ വിടാനുള്ള ഭാവമല്ലെന്ന് എനിക്കും തോന്നി."അപ്പുന്നെ കൊണ്ടോയില്ലെങ്കി-" ഒരു നിമിഷം അലോചിച്ച് അവർ കണ്ണു തുടച്ചു. "പിന്നെ തള്ളേക്കൊണ്ട് ആരക്കും ഒരുപദ്രവുണ്ടാവില്യാ." അവർ എന്റെ പ്രതികരണത്തിനോ എന്തോ കീഴ്പ്പോട്ടു നോക്കിയിരുന്നു. ഞാനും എന്തു പറഞ്ഞാണ് അവരെ സമാധാനിപ്പിക്കേണ്ടതെന്നറിയാതെ മൗനിയായി. കിഴക്ക് മേലേതിലെ പുളിമാവിൻ പടർപ്പിൽ നിന്ന് സൂര്യൻ പുറത്തേക്കു വന്നിരിക്കുന്നു.

ഞാനും പാറുത്തള്ളയും വല്യമ്മ കൊണ്ടു തന്ന കട്ടൻചായ കുടിച്ചു. എല്ലാം വെളിവായത് പിന്നീടാണ്. തള്ള തന്നെയാണ് പറഞ്ഞത്.

" പുലിടേം സിംകത്തിന്റേം കൂടെ പ്രാണബയോല്യാണ്ട് മണ്ടിനടന്നീര്ന്ന ആള് വാതം പിടിച്ച് തൂങ്ങ്യാണു മടങ്ങി വന്നത്. ഒരൂസം രാവിലെ ആരോ വാതില് മുട്ടുന്നു. പാറോന്ന് വന്നപാടെ ന്റെ കാലില് വീണു. ഞാനാകെ ഇല്യാണ്ടായീ കുട്ട്യേ. ഒരൂട്ടൊക്കെ പറഞ്ഞു കരഞ്ഞു. അവസാനം ഞാമ്പറഞ്ഞു, ഞ്ഞിങ്ങള് എങ്ങടും പോണ്ടാന്ന്....."

അന്ന് കിടന്നതാണ്. പിന്നെ അയാൾ എണീറ്റില്ല. ആയകാലത്ത് കാട്ടിൽ ഒട്ടനവധി മൃഗങ്ങളെ അയാൾ വേട്ടയാടി. തോലുകളും കൊമ്പുകളും നഖങ്ങളും ഊക്കിന്റെയും പൗരുഷത്തിന്റെയും പ്രകടനങ്ങളായിരുന്നു. തന്റെ കഴിവിൽ അയാൾ ഊറ്റംകൊണ്ടു. പ്രദർശനത്തിന്റെ പൊങ്ങച്ച ലഹരിയിൽ അയാൾ ആറാടി. തോക്കിൻ മുനയിൽ ദയയുണ്ടായിരുന്നില്ല. വന്യമായ ഉന്നം മാത്രം. ബന്ധങ്ങളും സ്വപ്നങ്ങളുമുള്ള മൃഗങ്ങൾ ലഹരിയോടൊപ്പം അകത്തായി. എത്ര മുയൽക്കുട്ടികൾ, മാനുകൾ–

അവസാനകാലത്ത്, അയാളുടെ മുറിയിൽ, ചെത്തിത്തേക്കാത്ത ചുമരിൽ വനസാന്നിധ്യം നിറഞ്ഞു. മാനുകൾ, മുയലുകൾ, സിംഹങ്ങൾ - അവയുടെ കണ്ണുകൾ ഇരുട്ടിൽ വജ്രങ്ങളായി, നാവു നക്കിത്തോർത്തി, നഖങ്ങൾ ഉരം വരുത്തി, പല്ലുകൾ രാകി കാടിന്റെ മക്കൾ ചുമർ നിറച്ചു. ഒരിക്കൽ ഹരമായിരുന്ന വനവന്യതയിൽ ഇപ്പോൾ വേട്ടക്കാരൻ നിസ്സഹായനായി. മൂലയിൽ ചാരിവെച്ച തുരുമ്പിച്ച തോക്ക് വളഞ്ഞ് കഴുത്തു ചുറ്റാൻ നീണ്ടുവന്നു. ജടകൊഴിഞ്ഞ വൃദ്ധൻസിംഹം വായ്പൊളിച്ചു. കാലൊടിഞ്ഞ കുഞ്ഞിനെ പരിചരിച്ചിരുന്ന തള്ളമാൻ ഭയത്തോടെ കണ്ണുകളിളക്കി. കലണ്ടറിന്റെ ഏകാന്തതയിൽ നിന്നിറങ്ങി കൊമ്പൻ ചിഹ്നം വിളിച്ചു. അയാൾ ഉറക്കെ നിലവിളിച്ചു. ശബ്ദം തൊണ്ടയിൽ കഫം കെട്ടുന്നു. രക്ഷിക്കാനാരുമില്ല.

"അയ്യോ..... എന്നെ കൊല്ലുന്നേ..... "

പാറുത്തള്ള അടുത്തുതന്നെയിരുന്ന് ആശ്വസിപ്പിച്ചു കൊണ്ടിരുന്നെങ്കിലും അയാൾ ദീനമായി, നിർത്താതെ കരഞ്ഞു.

ആയകാലത്ത് തന്റെ വെടികൊണ്ടു പിടഞ്ഞവരെല്ലാം കൂടി അയാളെ കടിച്ചു വലിച്ചു. കാട്ടിൽ മൃഗങ്ങളുടെ ചുവപ്പിൽ രമിച്ച അയാൾ മോചനമില്ലാതെ മരിച്ചു.

ആ ഭീകരത ഒരിക്കൽക്കൂടി അനുഭവിച്ചെന്നോണം തള്ള പകച്ചു. "ഇന്റെ അവസാനൂം ഇങ്ങന്യാവും കുട്ട്യേ," ഭീതിയോ ഭ്രമാത്മകതയോ എന്തെന്നെനിക്കറിയാൻ കഴിയാത്ത മറ്റൊരു ശബ്ദത്തിൽ അവർ പറഞ്ഞു. "അച്ചൂം കൂട്ടരും കൂടി ന്റെ ചൊമരും നെറയ്ക്കും. എല്ലാരും കൂടി ന്നീം..." വാക്കുകൾ കിട്ടാതെ അവർ ഏങ്ങലടിച്ചു കരഞ്ഞു.

ഞാൻ വല്ലാതായി. എന്റെ മനസ്സിലാക്കലുകൾക്കെല്ലാം എത്രയോ മുകളിലാണീ തള്ള. കുറച്ചുനേരത്തെ മൗനത്തിനു ശേഷം എന്തെങ്കിലും പറയണമല്ലോ എന്നു കരുതി പറഞ്ഞു. "തള്ള അലക്കൊക്കെ മാറ്റി നാരായണനേം ജപിച്ചങ്ങട് കൂടിക്കോളൂ. ഇതൊക്കെ ഒരു തോന്ന

ലല്ലേ-"

എന്റെ ഉത്തരത്തിന്റെ അഭദ്രതയിലേക്ക് അവരുടെ പീളകെട്ടിയ കണ്ണുകൾ പുകഞ്ഞു.

"ചിന്നേ്വശ്ശാരേ, തള്ള നടക്ക്..ാ" അവർ കൂനി നടന്നു. തൊക്കിൽ വിഴുപ്പ് പറ്റിയമർന്നു. അതു പറയേണ്ടിയിരുന്നില്ല. പാവം, വേദനിച്ചു കാണും. ഒരു നിമിഷം തിരിച്ചുവിളിച്ചാലോ എന്നാലോചിച്ചു. വേണ്ട, അവർ വീണ്ടും വരാതിരിക്കില്ലല്ലോ.

"ആ തന്ത ചത്തേപ്പിന്നെ തള്ളയ്ക്ക് നൊസ്സാ."

വീടിനു ചുറ്റും മുറ്റമടി കഴിഞ്ഞുവന്ന വല്യമ്മ പറഞ്ഞു. തള്ള പടികടന്നിരിക്കുന്നു. തെങ്ങോലയിൽ ആ കാക്ക വീണ്ടും കരച്ചിൽയജ്ഞം തുടങ്ങി...

*****

മഴയത്തു നനയാതെ

വൃദ്ധന്റെ മനസ്സു നിറയെ ഇടിഞ്ഞു പൊളിഞ്ഞ മുറിയിലെ ഇരുട്ടും പഴമയും നനഞ്ഞുറങ്ങുന്ന ഏകാന്തതയുമായിരുന്നു. നീണ്ടുനിന്ന പനിയുടെ മായികത്തിൽ, അബോധത്തിന്റെ വഴുപ്പുകളിൽ വൃദ്ധന് കാഴ്ചകൾ നിറയും. ഇരുട്ടിന്റെ അകക്കാഴ്ചകളിൽ കണ്ണിന് വല്ലാതെ ശക്തി വെച്ചിരിക്കുന്നു. പിന്നെയൊരു മഴയുടെ ഓർമ്മയിൽ ചുണ്ടു നനച്ച്, കാണാതെ പഠിച്ചു വെച്ചതുപോലെ അയാൾ തന്നോടുതന്നെയായി ആവർത്തിക്കും: ഉണ്ണി വന്നോ? മറുപടി തനിക്കറിയേണ്ട എന്നപോലെ അയാൾ ഉത്തരത്തിനു കാത്തു നിൽക്കാതെ തിരിഞ്ഞു നടക്കും. അബോധത്തിന്റെ ഒരിക്കലുമൊടുങ്ങാത്ത ആഴക്കാഴ്ചകളിലേയ്ക്ക്.

വൃദ്ധന്റെ മരപ്പലകക്കു ചുറ്റും കൂടിയിരിക്കുന്ന മൗനജപികളായ തീവ്രവാദികൾക്കും ഭയമുണ്ടായിരുന്നു. വൃദ്ധൻ ആർക്കും പിടിതരാതെ നീങ്ങുകയാണ്. തങ്ങൾക്കറിയാവുന്ന പല പച്ചമരുന്നുകളും അവർ പരീക്ഷിച്ചിരുന്നു. അല്ലെങ്കിലും വൈദ്യപരിശോധനയിൽ ഭേദമാകാനുള്ളതൊന്നുമായിരുന്നില്ല വൃദ്ധന്. തട്ടിക്കൊണ്ടുവന്നതിന്റെ മൂന്നാം ദിവസം ദേവക്ക കൊണ്ടുവന്ന നാടൻ കള്ളുകുടിച്ച്, തന്റെ മുഷിഞ്ഞ മേൽമുണ്ടു തറ്റുടുത്ത്, തേക്കിൻ കാട്ടിലെ കടും തുടിയുണർത്തുന്ന മഴയിലേയ്ക്ക് മീൻ പിടിക്കാനിറങ്ങിയതാണ് വൃദ്ധൻ. പുതഞ്ഞുകിടക്കുന്ന തേക്കിലച്ചേറിൽ ഇയാളെക്കാത്ത് ഏതു മീനാണാവോ? എങ്കിലും നിരാശയുടെയും കൗതുകത്തിന്റെയും മനസ്സലിവിൽ തീവ്രവാദികൾ വൃദ്ധനെ വിലക്കിയില്ല. ഗതികേടിന്റെ ഊക്കുകൊണ്ടാണ് വൃദ്ധനെ തട്ടിക്കൊണ്ടു വന്നത്. വ്യക്തമായ അറിവുകളും പ്ലാനും ഉണ്ടായിരുന്നതുമാണ്. പക്ഷേ വൃദ്ധൻ ആദ്യമായി തങ്ങളെ തോൽപ്പിച്ചിരിക്കുന്നു. ആരാണീ പുലിവാലു പിടിച്ച പദ്ധതി നിർദ്ദേശിച്ചതെന്ന് അവരോരോരുത്തരും മൗനമായി വഴക്കടിച്ചു.

വൃദ്ധനെ ഒളിത്താവളത്തിലേയ്ക്കു കൊണ്ടു വന്ന് ഒരാഴ്ചയായിരിക്കുന്നു. എത്രയോ പേരെ എത്രയോ പ്രാവശ്യം പരീക്ഷിച്ചു വിജയിച്ച പതിനെട്ടാമടവാണിത്. ആദ്യ ദിവസം തന്നെ നഗരത്തിലെ ഏറ്റവും പേരെടുത്ത ഡോക്ടറായ അയാളുടെ മകനെ വിളിച്ചിരുന്നു. അയാൾ തന്റെ കയ്യിൽ പണമില്ലെന്നും ദൈവത്തെയോർത്ത് അച്ഛനെ സ്വന്തമച്ഛ

നായിക്കരുതി ദ്രോഹിക്കാതെ വിട്ടയക്കണമെന്നും കരഞ്ഞു പറഞ്ഞു. അയാളുടെ ശബ്ദം മനസ്സുപോലെതന്നെ ഭയവും സങ്കടവും കൊണ്ട് വിങ്ങി നിറഞ്ഞിരുന്നു. ഏതൊരാൾക്കും മനസ്സലിവുണ്ടാക്കുന്ന അയാളുടെ കരച്ചിൽ ഫോണിൽ മൂന്നു നിമിഷം കിടന്നു വീർപ്പുമുട്ടി. എല്ലാവരും ഇങ്ങനെയൊക്കെതന്നെയാണ്. അനുകമ്പ നേടാനാവുന്നില്ലെന്നു കണ്ടാൽ കുറച്ചൊരു ഭീഷണി. പിന്നെ പണം വെച്ച് കീഴടങ്ങൽ. രണ്ടാം തവണ വിളിച്ചപ്പോഴും മകൻ കരഞ്ഞു വിറച്ചാണ് സംസാരിച്ചിരുന്നത്. കൂടാതെ അയാളുടെ ഭാര്യയും വല്ലാതെ കരഞ്ഞു. പിന്നെപ്പിന്നെയാണ് കാര്യങ്ങൾ പിടികിട്ടാതെയായത്. ഫോണിന് ഓരോ തവണയും പാരുഷ്യമേറിയേറി വന്നു. ഇപ്പോൾ അവരോഹണത്തിന്റെ അവസാനം പോലെ ഫോൺ മൂകമായിരിക്കുന്നു. എന്തുചെയ്യും? പണത്തിന് പറഞ്ഞറിയിക്കാൻ വയ്യാത്ത ബുദ്ധിമുട്ട്. ഒരാഴ്ച കഴിഞ്ഞാലും കഴിഞ്ഞു കൂടണ്ടേ? ഈ പുറ്റിൽ നിന്നുള്ള പുറത്തിറക്കം ഒരു പക്ഷേ വിരിച്ചുവെച്ച വലയിലേയ്ക്കായിരിക്കാം.

ബ്രിട്ടീഷ് പട്ടാളത്തിനു പിടികൊടുക്കാതെ സ്വയം ജീവനൊടുക്കിയ യുവരാജാവിന്റെ ദീർഘനിശ്വാസം തുറുകെട്ടിനിന്ന കൽച്ചുമരുകൾക്കുള്ളിൽ, പഴകിപ്പിഞ്ഞിയ തട്ടിനു താഴെ, ചരിത്രത്തിന്റെ കുളമ്പടിയൊച്ചകളുടെ മരക്കട്ടിലിൽ വൃദ്ധൻ മഴ നനയുകയായിരുന്നു. കലാശമാടുന്ന തുലാവർഷ രാത്രിയിൽ പാമ്പുകടിയേറ്റു നീലിച്ച ഉണ്ണിയെ തോളിലേറ്റി അയാൾ പുത്തൻപള്ളിയിലേയ്ക്ക് ഓടുകയായിരുന്നു. എന്റെ പുത്തൻ പള്ളി മൂപ്പരേ...

പതിനൊന്നു നാഴിക നടക്കണം. മുട്ടുവരെ വെള്ളം. തിരിച്ചു വരുമ്പോൾ അയാളൊരു കഥ പറയാൻ തുടങ്ങി. മനസ്സ് മഴയോടൊപ്പം കിതച്ചെത്തുകയായിരുന്നെങ്കിലും അയാൾ ഒരിക്കലും അവസാനിക്കാത്ത ഒരു കഥ പറഞ്ഞു കൊണ്ടിരുന്നു. ഉണ്ണി മൂളൽ നിർത്തിയാൽ അവന്റെ ഉള്ളംകാലിൽ ചൊറിഞ്ഞ് അയാളവനെ ഇക്കിളിപ്പെടുത്തും. ഉറങ്ങരുത്. ഉണ്ണി ചിരിച്ചു. അയാൾ മഴയോടൊപ്പം, ശബ്ദമില്ലാതെ പെയ്തു.

തീവ്രവാദികളും മുളമ്പരമ്പു ചാരി ദേവക്കയും വൃദ്ധന്റെ മഴയിലേയ്ക്കു നോക്കിയിരുന്നു. മഴയൊന്നു കനം കുറഞ്ഞപ്പോൾ ഒരു ദൂരക്കാഴ്ചപോലെ വൃദ്ധൻ എന്തോ പിറുപിറുത്തു. ദേവക്ക മൺകൂജയിലെ തണുത്ത വെള്ളം വൃദ്ധന്റെ വായിലേയ്ക്കൊഴിച്ചു. വൃദ്ധൻ ചെറിയ ശബ്ദത്തോടെ രണ്ടിറക്കു വെള്ളമിറക്കി. മലമുകളിലെ സുതാര്യമായ മഴയിലേയ്ക്ക് വെയിലരിച്ചിറങ്ങുന്നതുപോലെ വൃദ്ധൻ ചെറുതായി പുഞ്ചിരിച്ചു.

അയാൾ തന്റെ അടുത്തകാലത്തു തുടങ്ങിയ, തന്നെയിവിടെയെത്തി

ച്ച, കല്യാണിയുടെ 'അഹമ്മതി' യെക്കുറിച്ചോർക്കുകയായിരുന്നു. നാട്ടിൽ പാട്ടായപ്പോൾ ഡോക്ടറായ മകൻ ഉപദേശിച്ചതാണ്, അച്ഛനീ വയസ്സുകാലത്ത് തോന്നിയപോലെ നടന്നാൽ അതിന്റെ കുറച്ചിലാർക്കാ? മഴയത്ത് തന്നെത്തിരഞ്ഞ് തൊപ്പിക്കുടയും ചൂടി സ്ക്കൂളിലേയ്ക്കു വന്ന അച്ഛനെ കൂട്ടുകാർ കണ്ടതിൽ സങ്കടപ്പെട്ട് നാലു ദിവസം സ്ക്കൂളുമുടങ്ങിയ പഴയ ഉണ്ണിയുടെ മുഖം വീണ്ടും ഓർക്കുകയായിരുന്നു അയാൾ. കല്ല്യാണിയും പറഞ്ഞു. നിന്റെ തന്തയ്ക്കിതെന്തിന്റെ കേടാ. പിന്നേം പിന്നേം ചെറുതാവാന്നാ വിചാരം. പാടത്തെ, റോഡിനെതിർവശത്തുള്ള വലിയ വഴിവരമ്പിനപ്പുറത്തെ തോട്ടിൻ കരയിലെ ഓലമറച്ച ഷാപ്പിലിരുന്ന് നാട്ടുവർത്തമാനവും വരട്ടിയപോത്തിറച്ചിയും പുളിങ്കള്ളും കൂടി നുണയുന്നതിന്റെ ഒരു രസം. നാലഞ്ചു മാസങ്ങളായി ഇതൊരു പതിവായിട്ട്. മദ്യമെന്നതു കേൾക്കുന്നതേ വെറുപ്പായിരുന്നു. മുഴുക്കുടിയനായിരുന്ന അച്ഛനെ അകലെ നിന്നേ കണ്ടിരുന്നുള്ളൂ. എന്നിട്ടും ഇപ്പോഴിതെങ്ങനെ ശീലമായെന്ന് വൃദ്ധനും പിടികിട്ടിയില്ല.

എത്ര പറഞ്ഞിട്ടും കുടി നിർത്തുന്നില്ലെന്നു കണ്ടപ്പോൾ ഉണ്ണി ടൗണിൽ നിന്ന് നല്ല രണ്ടു കുപ്പി വിദേശി കൊണ്ടുവന്നു. ഇനി കഴിക്കണെമെന്നു തോന്നുമ്പോ, വീട്ടിലിരുന്ന് കഴിച്ചാ മതി. നാട്ടാരെ മുഴുവൻ അറീക്കണ്ടല്ലോ. കല്ല്യാണിയുടെ അപ്പോഴത്തെ ഭാവം കാണേണ്ടതായിരുന്നു. രണ്ടു ദിവസം ഒരു വിധം കുറേശ്ശെ അകത്താക്കി. മൂന്നാം ദിവസം കല്ല്യാണി കാണാതെ അതെടുത്ത് മുറ്റത്തെ തുളസിത്തറയിലൊഴിച്ചു. പിന്നെയും പാടത്തിറങ്ങി.

അതിന്റെ മൂന്നാം ദിവസമാണ്. ഉണ്ണി ആശുപത്രിയിലേയ്ക്കു പോയപ്പോൾ വൃദ്ധൻ കല്ല്യാണിയുടെ കണ്ണുവെട്ടിച്ച് പാടത്തിറങ്ങി. പാടത്ത് വെയിൽ കനക്കാൻ തുടങ്ങുന്നെയുള്ളൂ. ഉത്സാഹമേറുന്ന കാഴ്ച. ഓരോന്നാലോചിച്ച് റോഡരികിൽ എത്തിയപ്പോഴാണ് ഒരു വെളുത്ത കാർ വൃദ്ധന്റെ അടുത്തു വന്നുനിന്നത്.

"ഡോക്ടർ ദേവാനന്ദിന്റെ അച്ഛനല്ലേ?" താടി വളർത്തിയ ഒരു ചെറുപ്പക്കാരൻ കാറിന്റെ മുൻ സീറ്റിൽ നിന്ന് തല പുറത്തേയ്ക്കിട്ട് അരുവൊതുങ്ങി നിന്ന വൃദ്ധനോടു ചോദിച്ചു. തന്നോടാണെന്നു മനസ്സിലായപ്പോൾ വൃദ്ധൻ തലയാട്ടി. പിന്നിലിരുന്ന ഒരാൾ കാറിന്റെ ഡോർ തുറന്നു. അയാൾക്കും താടിയുണ്ടായിരുന്നെങ്കിലും ചത്ത തവളക്കണ്ണുകളായിരുന്നില്ല.

"ഞങ്ങൾ ഡോക്ടറുടെ സുഹൃത്തുക്കളാണ്. അച്ഛൻ കയറിയിരിക്കൂ." അയാൾ വളരെ സൗമ്യനായി. "നമുക്കൊരിടം വരെ പോകണം." തനിക്ക് വേറെ ഒരിടം വരെ പോകണമെന്ന് അവരോടു പറയണമെന്ന് വിചാ

രിച്ചിരിക്കവെത്തന്നെ അമ്പരപ്പിനിടയിൽ ഒന്നും പറയാതെ വൃദ്ധൻ അവരെ അനുസരിച്ചു. ഉണ്ണി അറിഞ്ഞാൽ മോശമാണ്. കുറച്ചു ദൂരം കഴിഞ്ഞപ്പോൾ ആ താടിക്കാരൻ ഒരു കറുത്ത തുണിയെടുത്ത് വൃദ്ധന്റെ കണ്ണുകൾ കെട്ടി.

"അച്ഛനൊന്നും വിചാരിയ്ക്കരുത്."

വൃദ്ധൻ അതും എതിർത്തില്ല. ഇത് താൻ തിരിച്ചു പോകുന്ന ഏതോ ഒരു കുട്ടിക്കളിയുടെ ഭാഗം പോലെ രസകരമായിത്തോന്നി അയാൾ കാറിന്റെ പിൻസീറ്റിൽ ചാഞ്ഞിരുന്നു.

പിന്നെ ഉണരുമ്പോൾ കാടിന്റെ ഏകാന്തതയും നനഞ്ഞ ചിതൽപ്പുറ്റും ചുറ്റിനും ആറു താപസരും. രണ്ടു ദിവസം. കുറച്ചൊരേകാന്തത തോന്നിയെങ്കിലും പിന്നെപ്പിന്നെ പിന്നിട്ട വഴികളെ ഓർക്കാതായി വൃദ്ധൻ. സന്ധ്യകളില്ലാത്ത കാട്ടിൽ, പറകൊട്ടിന്റെ താളത്തിൽ മഴ പെയ്യുമ്പോൾ വൃദ്ധൻ മുട്ടറ്റം വെള്ളത്തിൽ ഉണ്ണിയെ ചുമലിലേറ്റി നടക്കും. ഒരിക്കലും അവസാനിക്കാത്ത കഥയുടെ അർദ്ധവിരാമങ്ങളിൽ തെല്ലൊരു വിഷാദത്തോടെ വൃദ്ധൻ ചെറുപ്പക്കാരോടു ചോദിക്കും: ഉണ്ണി വന്നോ?

ജ്വര വൃദ്ധിക്ഷയങ്ങളുടെ പത്താം നാൾ വൃദ്ധൻ ഉന്മേഷവാനായി മരപ്പലകയിൽ എണീറ്റിരുന്നു. ഒരു ദിവ്യനെപ്പോലെ ചിരിച്ചു. വൃദ്ധന്റെ മുഖത്തെ അലൗകികതയിൽ എല്ലാവരും സന്തോഷിച്ചു. ഒരു ഏടാകൂടമായിക്കരുതിയിരുന്ന വൃദ്ധനെ അവരും ഇഷ്ടപ്പെടാൻ തുടങ്ങിയിരുന്നു. വൃദ്ധനെ ഇനി പറഞ്ഞയക്കാതെ വയ്യ. അയാളോടതു പറയാൻ മടിച്ച അവർ അവസാനം ദേവക്കയെയാണ് അതിനു ചുമതലപ്പെടുത്തിയത്. ദേവക്ക വൃദ്ധനെ ഒരു കുട്ടിയെയെന്ന പോലെ ചാഞ്ഞിരുത്തി കള്ളും കാട്ടുക്കിഴങ്ങ് പുഴുങ്ങിയതും നൽകി.

"ഉണ്ണി വിളിച്ചിരുന്നു. അച്ഛനെക്കാണാഞ്ഞ് അവരെത്രമാത്രം വിഷമിക്കുന്നുണ്ടെന്നോ?" അയാളുടെ വായിലൂടൊലിച്ച കള്ളിൻ നുര കൈകൊണ്ട് തുടച്ച് ദേവക്ക പറഞ്ഞു. ഇനി നമുക്കു വീട്ടിൽ പോകാം. വൃദ്ധൻ പുറത്തെ തേക്കിൻ കാടുകളിലേയ്ക്കു നോക്കി നിശ്ശബ്ദനായിരുന്നു.

അതിനടുത്ത ദിവസം തീവ്രവാദികൾ വൃദ്ധനെ തണുത്ത വെള്ളത്തിൽ കുളിപ്പിച്ചു. ലഘുഭക്ഷണത്തിനു ശേഷം അവരിൽ മൂന്നുപേർ വൃദ്ധനെയും കൊണ്ട് പുറപ്പെട്ടു. വൃദ്ധൻ നിർവ്വികാരനായി അവരെ അനുസരിച്ചു. മൂന്നു കിലോമീറ്ററോളം കാട്ടിലൂടെ നടന്ന് അവർ റോഡരുകിലെത്തി. അവിടെ വാഹനം തയ്യാറായിരുന്നു. തേക്കിൻകാടു ചുറ്റി വളരെ പതുക്കെ കാറു നീങ്ങി. പൊടുന്നനെ ചറുപിറെ മഴപെയ്യാൻ തുട

ങ്ങി. ചില്ലുകൾക്കപ്പുറം നരച്ചു പെയ്യുന്ന മഴയത്തേയ്ക്കു നോക്കിയിരുന്ന വൃദ്ധൻ വണ്ടി നിർത്താൻ ആംഗ്യം കാണിച്ചു. കാറു നിന്നതും അയാൾ തിക്കിത്തിരക്കി വാതിൽ തുറന്ന് പുറത്തിറങ്ങി. എന്താണു നടക്കുന്നതെന്നു തീവ്രവാദികൾക്കു മനസ്സിലാവുന്നതിനു മുമ്പേ വൃദ്ധൻ തേക്കിൻ കാടിന്റെ കനത്ത മഴയിലേയ്ക്കിറങ്ങി നടന്നു. അകലെ വൃദ്ധൻ മുടിയഴിച്ചിട്ടാടുന്ന മഴയിലലിഞ്ഞില്ലാതാവുന്നതു നോക്കി തീവ്രവാദികൾ കാറിൽത്തന്നെയിരുന്നു.

*****

ഒരു പൂച്ചപ്പുരാണം

ഏതോ അറിയാലോകത്തുനിന്ന് അവിചാരിതമായി ഭൂമിയിലെത്തിയ മിസ്റ്റർ ക്യാറ്റിനെ തോൽപ്പിക്കാനുള്ള സൂത്രപ്പണികളിലായിരുന്നു അവൻ. തനിനിറമറിയാതെ അതിനെ സ്നേഹിച്ചു വളർത്താൻ വീട്ടിലേക്കുകൊണ്ടു വന്ന അനുജത്തി മില്ലിയോടും അവനു ദേഷ്യം തോന്നി. ശരീരത്തിൽ രോമമില്ലാത്ത വലിയ കറുത്ത കണ്ണുകളുള്ള അവന്റെ പണി ഇന്നത്തോടെ ക്ലോസ്! കള്ളപ്പൂച്ച ഒരു ഗ്രഹാന്തരവാസിയാണെന്നും അത് തന്റെ ഗ്രഹവാസികൾക്ക് ഗൂഢസന്ദേശങ്ങളയച്ച് ഈ ലോകത്തെ ആക്രമിക്കാൻ സഹകരിക്കുകയാണെന്നുമുള്ള തന്റെ കണ്ടെത്തലുകൾ കൂട്ടുകാരൻ ഡെന്നിസല്ലാതെ ആരു വിശ്വസിക്കാൻ. സൂത്രശാലിയായ പൂച്ച എല്ലാവരോടും സ്നേഹം നടിച്ച് തന്നോടുമാത്രം ഒരു തുറന്ന മത്സരത്തിന് ഒരുങ്ങുകയാണ്. അവന്റെ സൂത്രപ്പണികളെ ഒളിഞ്ഞുനിന്നു കണ്ട പൂച്ച ഇരുട്ടിൽ നിന്ന് തന്റെ ഉണ്ടക്കണ്ണുകളുരുട്ടി മ്യാവൂ എന്നുറക്കെ കരഞ്ഞു. അവൻ പെട്ടെന്ന് ഞെട്ടിത്തിരിഞ്ഞുറക്കെക്കരഞ്ഞു.

അപ്പു കിതപ്പോടെ നിദ്രയുണർന്ന് തന്റെ കുട്ടിക്കോസറിയിൽ എണീറ്റിരുന്നു. അടുത്ത് ദേവകിയമ്മ മലർന്നു കിടന്ന് ശ്വാസം മുറുകി ഉറങ്ങുന്നു. സ്വപ്നത്തിൽ താൻ കിഡ്സ് വെഴ്സസ് ക്യാറ്റി*ലെ കൂപ്പായി മാറിയതു മനസ്സിലാവാൻ അപ്പു കുറച്ചു സമയമെടുത്തു.

അമ്മ കിടക്കുന്ന അടുത്ത മുറിയിൽ വെളിച്ചമണഞ്ഞിരിക്കുന്നു. ജനൽപ്പടിയിൽ ദേവകിയമ്മ രാത്രി കത്തിച്ചു വെക്കുന്ന മുട്ടവിളക്കു മാത്രം ഉറക്കം തൂങ്ങുന്നു.

മ്യാവൂ...

അപ്പു തട്ടിൻപുറത്തെ വിളികേട്ടു. രണ്ടാമതൊരു വിളിക്കു കാതോർത്തു നിരാശനായെങ്കിലും ഒരു ക്ഷണത്തിന്റെ ഉൾവിളിയിൽ അപ്പു പതുക്കെ ദേവകിയമ്മ ഉറക്കമാണെന്നുറപ്പുവരുത്തി എണീറ്റു. മേം ആവും! ഒരു പൂച്ചയുടെ കൗശലത്തോടെ അവൻ ഇരുട്ടിൽ പമ്മിപ്പമ്മി നടന്നു.

തട്ടിൻപുറത്ത് കൂരിരുട്ടായിരുന്നു. ഇരുട്ടിൽ ഏതാനും കണ്ണുകൾ മാത്രം. പിന്നെപ്പിന്നെ ഉരുണ്ടു വലുതാവുന്ന ഇരുട്ടിന്റെ പളുങ്കൻ കണ്ണുകളിലൂടക്കിയപ്പോൾ അപ്പുവിന് വല്ലാതെ പേടിതോന്നി. അവൻ കണ്ണുകൾ

ഇറുക്കെയടച്ചു. കണ്ണിന്റെയുള്ളിലെ ഇരുട്ടിൽ അവ വീണ്ടും ഉരുളുകയാണ്. അപ്പു തിരിച്ച് ശബ്ദമില്ലാതെ ഒരു വിധത്തിൽ മുറിയിലേക്കിഴഞ്ഞു. തന്റെ കുട്ടിക്കോസറിയിൽ വന്നിരുന്ന് അവൻ വല്ലാതെ കിതച്ചു.

കണ്ണുതുറന്നാലും അടച്ചാലും ഇരുട്ട്. ഇരുട്ടിന്റെ അട്ടിക്കുള്ളിൽ സൂര്യചക്രങ്ങൾ വന്യമായി തിരിഞ്ഞു കൊണ്ടിരുന്നു. അതിന്റെ അണുപ്രസരത്തിൽ അവനു വിറ ബാധിച്ചു. ദേവകിയമ്മ കൂർക്കം വലി നിറുത്തി ചരിഞ്ഞു കിടന്നുറങ്ങുന്നു. അമ്മയെ കെട്ടിപ്പിടിച്ചുറങ്ങുന്ന ഒരു കുട്ടിയെപ്പോലെ അവരുടെ കുടവയർ നിലത്തേക്കിറങ്ങിക്കിടന്നു. അവരുടെ കൂർക്കം വലി കേൾക്കാൻ അവൻ ആദ്യമായി ആഗ്രഹിച്ചു. അവന് ഉറക്കെ കരയാൻ തോന്നി. പിന്നെ, ദേവകിയമ്മയെ നുള്ളിയുണർത്തിയാലോ എന്നാലോചിച്ച് കണ്ണടച്ച് കമിഴ്ന്ന് അവരുടെ പിന്നരികുപറ്റി കിടന്നു.

തട്ടിൻപുറത്തെ കറമ്പിപ്പൂച്ച എവിടുന്നു വന്നെന്നോ ആരു കരകടത്തിയെന്നോ അറിയില്ല. ഒരു ദിവസം രാവിലെ തട്ടിൻപുറത്ത് കൂട്ട നിലവിളി. ദേവകിയമ്മയാണ് ആദ്യം കണ്ടത്. താഴത്തിറങ്ങി ചൂലും കൊണ്ട് ചെന്നെങ്കിലും അമ്മയാണവരെ മയപ്പെടുത്തിയത്. ദേവകിയമ്മ ആളു പച്ചപ്പാവമാണെങ്കിലും വീട്ടിലെന്ത്കണ്ടാലും കൊല്ലേണ്ട കാര്യത്തിൽ കേമിയാണ്. കെണിയിൽ കുടുങ്ങിയ എലികളെ ദേവകിയമ്മ കൊല്ലുന്നതു കാണാൻ ഒരു പ്രത്യേക രസം തന്നെയാണ്. കെണിയോടെ കുളത്തിൽ കൊണ്ടുപോയി മുക്കും. വെള്ളത്തിൽ രസഗുളങ്ങൾ ഉയരുന്നതു നിലച്ചാൽ പൊന്തിച്ചു നോക്കും. വീണ്ടും മുക്കും.

ഈയിടെയായി അപ്പുവിന്റെ ചിന്തയും പഠിത്തവും ഉറക്കവുമെല്ലാം പൂച്ചകളാണ്. സ്ക്കൂളിൽ ക്ലാസിലിരിക്കുമ്പോൾ വീട്ടിലെത്തി തട്ടിൻപുറത്തെ പൂച്ച ലോകത്തു നിറയാനാണ് അപ്പുവിന് തോന്നുക. പക്ഷേ, രാജൻമാഷുടെ ക്ലാസ് മാത്രം അങ്ങനെയല്ല. മാഷക്ക് പൂച്ചകളെപ്പറ്റി ഒരുപാടറിയാം. ദേവകിയമ്മയെപ്പോലെ. പുസികാറ്റിന്റെ പാട്ടുപഠിപ്പിച്ചപ്പോൾ മാഷ് എത്രമാത്രം പൂച്ചക്കാര്യങ്ങളാണു പറഞ്ഞത്. കുറെയൊക്കെ മനസ്സിലായില്ലെങ്കിലും അപ്പു ആ പൂച്ചപ്പുരാണങ്ങളിൽ മുഴുകിയിരിക്കും. മനസ്സ് സുന്ദരിപ്പൂച്ചയിലെത്തുവോളം. എത്രയോ ആയിരം വർഷങ്ങളായി മനുഷ്യരോടൊത്തിണങ്ങിക്കഴിയുന്ന വളർത്തുപൂച്ചകൾ ലോകത്ത് ഏകദേശം അറുനൂറു മില്ലിയനോളം വരുമെന്ന് രാജൻമാഷാണ് പറഞ്ഞത്. രാത്രി മനുഷ്യരേക്കാൾ നന്നായി കാണാൻ കഴിയുന്ന പൂച്ചകൾക്ക് പക്ഷേ, പകൽവെളിച്ചത്തിൽ അത്ര കാഴ്ച്ച പോരാ. പാവം പൂച്ചകൾക്ക് മധുരം തിരിച്ചറിയാൻ കഴിയില്ലെന്ന അറിവ് അപ്പുവിനെ ശരിക്കും ദു:ഖത്തിലാഴ്ത്തി. തന്റെ പ്രിയപ്പെട്ട ചോക്ലേറ്റുപോലും പൂച്ചകൾ

ക്ക് ഹാനികരമാണത്രെ.

ദേവകിയമ്മ ഇടക്കിടെ എലിശല്യം പരാതിപ്പെടുമെങ്കിലും പൂച്ചയെ വളർത്തുന്ന കാര്യം മാത്രം അമ്മ ഒരിക്കലും സമ്മതിക്കാറില്ല. ചേച്ചിയുടെ കൂടെ ഉണ്ട്, ഉറങ്ങി കൂട്ടുനിന്ന പാൽനിറമുള്ള സുന്ദരിപ്പൂച്ചയാണതിന് കാരണം. സുന്ദരിയെക്കുറിച്ചാരെങ്കിലും ഓർമ്മിച്ചാൽ അമ്മ അകലങ്ങളിലേക്കു നിശബ്ദയാകും. ചേച്ചി മരിച്ചതിന്റെ പിറ്റേന്ന് ആ വെള്ളപ്പൂച്ചയെയും കാണാതായി. പിന്നീടിതേവരെ -

ഗൗരിടീച്ചറുടെ ഭർത്താവ് ദുബായിൽ നിന്നു വന്നതിനാൽ അന്ന് അപ്പുവിന് ട്യൂഷനുണ്ടായിരുന്നില്ല. അവൻ സ്ക്കൂൾ ബസ്സിൽ വീട്ടിലേക്കു പറക്കുകയായിരുന്നു. അടുത്തിരുന്ന് എന്തൊക്കെയോ ചിലച്ച നീതുവിനെപ്പോലും അവൻ ശ്രദ്ധിച്ചില്ല. അവൾ ഗൗരിടീച്ചറുടെ ഭർത്താവിനെക്കുറിച്ചു പറഞ്ഞപ്പോൾ മാത്രം അവൻ ദുബായിലുള്ള തന്റെ അച്ഛനെ ഓർത്തു. പക്ഷേ, അച്ഛന്റെ ദുബായിൽ നിന്നുള്ള ഫോണിന്റെ നീട്ടിയുള്ള വിളിമാത്രം അവനൊരിക്കലും ഇഷ്ടമല്ല. കുറേനേരം അച്ഛനോട് സംസാരിച്ചിരിക്കുന്ന അമ്മ ഫോൺ വെച്ചാൽ പിന്നെ കുറെനേരം ആരോടും ഒന്നും മിണ്ടാതെ മുഖം വീർപ്പിച്ചു നടക്കും. ആ നടത്തം കാണുമ്പോൾ ദേവകിയമ്മ അപ്പുവിനെ പാളി നോക്കും. അന്ന് അപ്പുവിന് അടി ഉറപ്പാണെന്ന് അവർക്കുമറിയാം.

ബാഗ് മേശപ്പുറത്തെറിഞ്ഞ് അപ്പു അടുക്കളയിലേക്കു നീങ്ങി. ദേവകിയമ്മ പതിവുപോലെ പാലുഗ്ലാസുമായി നിൽക്കുന്നു. അപ്പു ദേവകിയമ്മയെ നോക്കി കിതച്ച്, ഉന്മേഷത്തോടെ ചിരിച്ചു. പാല് ഒരുവിധം വലിച്ചു കുടിച്ച് കോണിപ്പടി കയറുമ്പോൾ അവൻ വിളിച്ചു പറഞ്ഞു. "ഇന്നു ട്യൂഷനില്ല!" അമ്മ ആപ്പീസുവിട്ടുവരാൻ ആറരയാകും. ദേവകിയമ്മയാണെങ്കിൽ പാവം ഇടക്കിടെ വിളിച്ചു ചോദിക്കുകയേയുള്ളൂ.

അപ്പു കോണിവാതിലിൻ മേലിരുന്ന് ശബ്ദമില്ലാതെ കുനിഞ്ഞു നോക്കി. പൂച്ചക്കുട്ടികൾ തള്ളയുടെ അകിടുനുണയുകയാണ്. തള്ളപ്പൂച്ച അവറ്റകളെ നക്കി, വികൃതികളെ ശാസിക്കുന്നു. മുറുമുറുപ്പുകളുടെ ആലോകത്തേക്ക് അപ്പു ആർത്തിയോടെ നോക്കിയിരുന്നു. പൂച്ചകൾ സാധാരണ അറുപത്തഞ്ചോളം ദിവസങ്ങൾ ഗർഭിണികളായി നടക്കും. പ്രസവിക്കാൻ തിരക്കൊഴിഞ്ഞ സുരക്ഷിതമായൊരിടം അവറ്റകൾ തന്നെ കണ്ടെത്തും. പ്രസവദിവസം തള്ളപ്പൂച്ച ഒന്നും തിന്നാതെ നിശബ്ദയായി ജനനാംഗം നക്കിക്കൊണ്ടിരിക്കുമത്രേ. ആദ്യം പ്രസവിക്കുന്ന പൂച്ചക്കുഞ്ഞ് മറ്റുള്ളവയെക്കാൾ ചെറുതായിരിക്കും. ആറേഴാഴ്ചകൾക്കുള്ളിൽ തന്നെ മുലപ്പാൽ വിട്ട് അവറ്റകൾ മറ്റാഹാരങ്ങൾ തിന്നാൻ തുടങ്ങും. മൂ

ന്നുമാസമാവുമ്പോഴേക്കും അവറ്റകൾ സ്വന്തം വഴി തേടിപ്പോകുമത്രെ.

ഈ കറമ്പിക്ക് നാലു കൊഴുത്ത കുട്ടപ്പന്മാരാണ്. പക്ഷേ, ഒന്നും വെളുപ്പായിരുന്നില്ല. പൂച്ചതന്നെ ഒന്നുരണ്ടെണ്ണത്തിനെ പിടിച്ചു തിന്നുമത്രേ. അതാണവറ്റകളുടെ പ്രസവരക്ഷ. ദേവകിയമ്മയുടെ പൂച്ചയറിവിൽ അപ്പു അവരുടെ ഫാനായിരുന്നെങ്കിലും തള്ളപ്പൂച്ച മക്കളെ തിന്നുമെന്ന കാര്യത്തിൽ മാത്രം അവൻ അവരെ വിശ്വസിച്ചില്ല. കറമ്പി മക്കളോടു കാണിക്കുന്ന സ്നേഹം കാണുമ്പോൾ ദേവകിയമ്മ നുണപറഞ്ഞതാവാം, അപ്പു മുകളിലേക്കു പോകാതിരിക്കാൻ.

തള്ളപ്പൂച്ച ഒന്നിന്റെ പിരടികടിച്ച് ദൂരെക്കെറിഞ്ഞു. അതു വീണ്ടും ഏന്തിവലിഞ്ഞ് രണ്ടു കൈകൊണ്ടും തള്ളപ്പൂച്ചയെ ചെറുതായി അടിച്ചു. വീണ്ടും കറമ്പി അതിനെ എടുത്തെറിഞ്ഞു കളിക്കുകയാവും, തള്ളപ്പൂച്ച മക്കളെ പിരടിയിൽ കടിച്ചാണ് കൊണ്ടു നടക്കുകയെന്ന് ദേവകിയമ്മ പറഞ്ഞിട്ടുണ്ട്. ദേവകിയമ്മക്കും രാജൻമാഷെപ്പോലെ പൂച്ചകളെക്കുറിച്ച് ഒരുപാടറിയാം. പുരാണങ്ങളിലെ പൂച്ചകൾ തൊട്ട് സുന്ദരി വരെ. പക്ഷേ, സുന്ദരിയെമാത്രം അവർ മുഴുമിച്ചിട്ടില്ല, ഒരിക്കലും.

ഇരുണ്ടു ചെമ്പിച്ച ഒരു പൂച്ചക്കുട്ടി അടുത്തു കിടക്കുന്ന കാറ്റിളക്കുന്ന ഒരു ചപ്പിലയോടു മല്ലിടുകയാണ്. കുറെനേരം സൂക്ഷിച്ചിരിക്കും. ഇലയിളകുമ്പോൾ അവന്റെ കണ്ണുകളും വിടരുന്നു. പിന്നെ ഒരു കാൽ കൊണ്ട് ഇലചവുട്ടിപ്പിടിച്ച് നല്ല സ്റ്റണ്ടാണ്. വീണ്ടും സൂക്ഷ്മത. അതിന്റെ വെപ്രാളം കണ്ട് അപ്പു എല്ലാം മറന്ന് ഉറക്കെച്ചിരിച്ചു.

അപ്പോ.......

അപ്പു വല്ലാതെ ഒന്നുകാളി. ഞെട്ടിത്തിരിഞ്ഞ് കോണി വേഗത്തിൽ ചാടിയിറങ്ങി. നേരം പോയതറിഞ്ഞില്ല. അമ്മ വന്നിരിക്കുന്നു.

അപ്പു പതുങ്ങിപ്പതുങ്ങി അടുക്കളയിൽ ചെല്ലുമ്പോൾ അമ്മ ദേവകിയമ്മയെ ചീത്തപറയുകയാണ്. പതിവുപോലെ അതൊന്നും തന്നോടല്ലെന്ന മട്ടിൽ അവർ അടുക്കളയിൽ വട്ടം ചുറ്റുന്നു.

"അപ്പു ഇവിടെ വാ." അമ്മ വിളിച്ചപ്പോൾ അവൻ പതുങ്ങി അടുത്തു ചെന്നു. അമ്മ അവനെ ആകെയൊന്നുഴിഞ്ഞു. പിന്നെ അടുത്തുപിടിച്ച് കുനിഞ്ഞ് രണ്ടു കവിളിലും ഉമ്മവെച്ചു. "അമ്മ എന്നും പറയാറില്ലേ സ്ക്കൂൾ വിട്ടു വന്നാൽ കയ്യും കാലും കഴുകി വന്ന് വല്ലതും കഴിച്ച് പഠിക്കാനിരിക്കണമെന്ന് . ഇങ്ങനെയാണോ നല്ല കുട്ടികള്. ഛെ, നോക്ക്," അമ്മ അവന്റെ മുട്ടുവരെ ചെമ്മണ്ണണിഞ്ഞ കാലുയർത്തിക്കാണിച്ചു. അപ്പോഴാണ് അപ്പു അതു ശ്രദ്ധിച്ചത്. കാൽമുട്ടിൽ നിന്ന് പൊടിമണ്ണ് സോക്സുപോലെ കനത്തു കിടക്കുന്നു. വിയർപ്പും മണ്ണും ചേർന്നിഴുകി ക

റുത്തിരിക്കുന്നു. അമ്മയുടെ മുഖത്തേക്കു നോക്കാൻ അവന് നാണം വന്നു. 'ദേവകിയമ്മയോടൊപ്പം ചെന്ന് മേക്കഴുക്' അമ്മ പറഞ്ഞു.

സന്ധ്യക്ക് നമ:ശിവായ ചൊല്ലി, അപ്പു പഠിക്കാനിരുന്നു. അമ്മ മേക്കഴുകി വന്നിട്ടില്ല. വന്നാൽപ്പിന്നെ പൂരമായി. കൂട്ടലും കിഴിക്കലും ചെവി തിരുമ്മലും തന്നെ.

അവൻ കമിഴ്ന്ന് കിടന്ന് തന്റെപ്രിയപ്പെട്ട പുസ്തകം നിവർത്തി വെച്ചു. നെല്ലിച്ചുവട്ടിലിരുത്തി പാർവതി ടീച്ചർ പഠിപ്പിച്ച പാട്ടുകളോ, ഹോംവർക്കു ചെയ്യാതിരുന്നാലുള്ള സുന്ദരൻമാഷുടെ പരാക്രമങ്ങളോ അപ്പുവിന്റെ മനസ്സിലുണ്ടായിരുന്നില്ല. പുസ്തകത്തിന്റെ നടുപേജിൽ നിവർന്നു നിൽക്കുന്ന വെളുത്തു കൊഴുത്ത ഒരു പൂച്ച. വികൃതി നിറഞ്ഞ പളുങ്കൻ കണ്ണുകൾ, നനുത്ത മീശ, ചീകിയ വെള്ള മിനുപ്പ്. സുന്ദരി ഇങ്ങനെയായിരിക്കണം. കണ്ടാൽ പുലിയെപ്പോലെയുണ്ട്. ദേവകിയമ്മയുടെ അഭിപ്രായത്തിൽ ചെറുതായ പുലിയാണ് പൂച്ച. എല്ലാം തന്റെയാണെന്ന ഭാവം. പെണ്ണുങ്ങൾക്കിത്ര പവറു പാടില്ല. അതിനിതു സുന്ദരിയല്ലല്ലോ.

അപ്പുവിന് തന്റെ വിഡ്ഢിത്തമോർത്ത് ചിരിപൊട്ടി. അവൻ വീണ്ടും പൂച്ചവിചാരങ്ങളിൽ നിറഞ്ഞു. പുസ്തകം മുഴുവൻ പൂച്ചകൾ. മുറുമുറുപ്പുകൾ. വിരഹസ്വരങ്ങൾ. അമ്മ മേൽക്കഴുകി, ഭസ്മക്കൊട്ടയുടെ അടുത്തേക്കു വന്നപ്പോൾ അപ്പു പൂച്ചചിത്രത്തിനോടൊപ്പമുള്ള റൈം ഉറക്കെ വായിക്കാൻ തുടങ്ങി.

pussy cat pussy cat
Where have you been
I have been to London
to look at the Queen
What do you do there
I frightened a little mouse
under the chair.....

അടികൊണ്ട പൂച്ചയുടെ വിലാപംപോലെ ദീനമായി ടെലിഫോൺ ഞരുങ്ങിയപ്പോൾ അപ്പു നിശബ്ദനായി.

പിറ്റേന്ന് രാവിലെ പതിവിന് വിപരീതമായി അപ്പു അമ്മ കുളിക്കുന്നതിനിടയിൽ തട്ടിൻപുറത്തു കയറി. അമ്മയുടെ തണുത്ത കൈ ചെവിവന്നു പിടിച്ചപ്പോഴാണ് അറിയുന്നത്. ഈശ്വരാ അങ്ങനെയിരുന്നു പോ

യി! സമയം കിട്ടും മുമ്പേ അമ്മ താഴത്തേക്കു വലിച്ചിറക്കി തുടയിൽ നാലെണ്ണം കൊടുത്തു. എന്നിട്ടും അപ്പു കരഞ്ഞില്ല. അവന് പൊള്ളിപ്പനിക്കുക യായിരുന്നു. ദേവകിയമ്മക്ക് അവനു കൊടുക്കേണ്ട മരുന്നിനെപ്പറ്റിയും മറ്റും എന്തൊക്കെയോ നിർദ്ദേശങ്ങൾ കൊടുത്ത് അമ്മ ആഫീസിലേക്കു പോകുന്നത് കനത്തു കെട്ടിയ മുഖവുമായി അവനിരുന്ന് കണ്ടു. ഇന്നു കാണിച്ചു തരാം!

അമ്മ ഒന്നും പറയാതെ ആഫീസിൽ പോയതും ദേവകിയമ്മയുടെ കണ്ണുവെട്ടിച്ച് അപ്പു തട്ടിൻപുറത്തു കയറി. കയ്യിലുണ്ടായിരുന്ന സഞ്ചിയിൽ നാലു പൂച്ചക്കുട്ടികളെയും കോരിയിട്ടു. ഭാഗ്യത്തിനു കറമ്പിത്തള്ളയുണ്ടായിരുന്നില്ല. പൂച്ചക്കുട്ടികൾ വല്ലാതെ ഉന്മേഷം കൂട്ടി. അവന്റെ കൈകളിൽ അരുമയായുരുമ്മി. അപ്പു വീർത്തുകെട്ടിയ നിശ്ചയദാർഢ്യവുമായി സഞ്ചിയും തൂക്കി ദേവകിയമ്മ കാണാതെ കുളത്തിലേക്കു നടന്നു. പിന്നെ തവളക്കല്ലിലിരുന്ന് ആരുമില്ലെന്നുറപ്പു വരുത്തി സഞ്ചി പതുക്കെ വെള്ളത്തിൽ മുക്കി. പൂച്ചക്കുട്ടികൾ വല്ലാതെ ബഹളം വെച്ചു. പിന്നെയത് വല്ലാത്ത ഒരു കരച്ചിലായി. വെള്ളത്തിൽ നിന്ന് രസഗുളങ്ങൾ ഉയരുന്നതു നിലച്ചപ്പോൾ അവനതു പൊന്തിച്ചു നോക്കി. വീണ്ടും മുക്കി. ദേവകിയമ്മയുടെ പരിഭ്രമിച്ച വിളികേട്ടിട്ടും അപ്പു ധൃതി കൂട്ടിയില്ല.

എല്ലാം കഴിഞ്ഞ്, നനഞ്ഞ സഞ്ചിക്കെട്ട് വേലിക്കുത്തിലേക്കു വലിച്ചെറിഞ്ഞ് വീട്ടിലേക്കു നടക്കുമ്പോൾ രണ്ടു കൈ കൊണ്ടും മുഖം പൊത്തി അപ്പു ഏങ്ങിക്കരഞ്ഞു. വീർത്തു കെട്ടിയ മുഖം കൊട്ടിപ്പെയ്തു. പനിച്ചുതുള്ളിയ അപ്പു വീട്ടിലേക്കോടി, തന്റെ കുട്ടിക്കസേരയിൽ കണ്ണുകൾ പൊത്തി കമിഴ്ന്നു കിടന്നു.

*****

* *ജെട്ടിക്സ് ചാനലിലെ കിഡ്സ് വെഴ്സസ് ക്യാറ്റ്.*

പ്രത്യേക സാമ്പത്തികമേഖല

പുലർച്ചെ കൊപ്ര വിൽക്കാൻ പോയി നട്ടുച്ചയോടെ വിശന്നുവിയർത്തു തിരിച്ചെത്തിയ സുധാകരൻ തന്റെ വീട്ടിലേക്കു തിരിയുന്ന മുക്കവലയിലെ ഈയടുത്ത കാലത്ത് പതിവായ ജനക്കൂട്ടത്തിലേക്ക്, കാര്യം ഏകദേശം മനസ്സിലായെങ്കിലും തെല്ലൊരത്ഭുതത്തോടെ ചെന്നു. മൂന്നുനിറങ്ങളിലും വലിപ്പത്തിലുമുള്ള മൂന്നു കാറുകൾക്കു മുമ്പിൽ നാലഞ്ചു സായിപ്പന്മാരും ടൈയും ഷൂസുമണിഞ്ഞ കുറച്ചുദ്യോഗസ്ഥരും നാട്ടുപ്രമാണിമാരും നാട്ടാരും. നാട്ടുകാരുടെ ഇടയിൽ നിന്നും സുധാകരന്റെ ഭാര്യ അമ്മിണിയും രണ്ടാമത്തെ മോൾ സുകന്യയും അയാൾക്കടുത്തേക്കു വന്നു.

“നല്ല ആളാ, കൊപ്ര വിൽക്കാനാന്നും പറഞ്ഞ് എപ്പൊ പോയതാ.” പിന്നെ കുറെക്കൂടി അടുത്തേക്കു ചാരി, ഒരു കിടപ്പറരഹസ്യത്തിന്റെ നിഗൂഢതയോടെ അമ്മിണി അയാളുടെ ചെവിയിൽ സന്തോഷത്തോടെ പറഞ്ഞു: “നമ്മളൊന്നും സ്വപ്നത്തിൽപ്പോലും വിചാരിക്കാത്ത കാര്യങ്ങളാണ് നടക്കുന്നത്. നമ്മളൊന്നും അറിയേണ്ട, രജിസ്റ്റ്രാറാപ്പീസിൽച്ചെന്ന് വെറുതെ ഒന്ന് ഒപ്പിട്ടു പോന്നാ മതി.”

സുധാകരൻ വെറുതെ നിർന്നിമേഷനായി, കവലയിലെ മഴയും, വെയിലും കൊണ്ടു നരച്ച ഗാന്ധി വിഗ്രഹത്തിലേക്ക് നോക്കിനിന്നു. വിഗ്രഹത്തിന്റെ കണ്ണട കഴിഞ്ഞ മഴക്കാലത്ത് അടർന്നു പോയതാണ്. ആൾക്കൂട്ടം മെല്ലെമെല്ലെ വലുതായിക്കൊണ്ടിരിക്കുകയാണ്. ഇവറ്റകൾക്കൊക്കെ പ്രാന്താണ്. അജഗജാന്തരം നഷ്ടപ്പെടുന്ന മുഴുഭ്രാന്തന്മാരുടെ രാജ്യത്തിൽ അതില്ലാത്തവർക്കെന്തു വില? ഒരു കാലത്ത് നാടിന്റെ അഭിമാനമായിരുന്ന സ്വാതന്ത്ര്യസമര സേനാനിയും അവസാനത്തെ ഗാന്ധിയനുമായിരുന്ന രാമൻകുട്ടിയേട്ടൻ അവസാനകാലത്ത് മക്കളാരും തിരിഞ്ഞു നോക്കാതെ ഭ്രാന്താശുപത്രിയിൽ കിടന്നല്ലേ മരിച്ചത്. എല്ലാം നിശ്ചയിക്കുന്നത് ഭൂരിപക്ഷമല്ലേ, ഭൂരിപക്ഷം!

മകൾ സുകന്യ സുധാകരന്റെ കയ്യിൽ നിന്ന് സാധനങ്ങൾ കൊണ്ടുവന്ന സഞ്ചി വാങ്ങി. അമ്മിണി വീണ്ടും സന്തോഷാധിക്യത്തോടെ ആൾക്കൂട്ടത്തിൽ നിറഞ്ഞു. സുധാകരനും ഒട്ടും ഇഷ്ടമില്ലാതെയാണെങ്കിലും ആ സായിപ്പന്മാരുടെ ഒട്ടും മനസ്സിലാകാത്ത വർത്തമാനത്തിലും ഭാവ

ങ്ങളിലും കാഴ്ചക്കാരനായി നിന്നു.

നിനച്ചിരിക്കാത്ത ഒരു സുപ്രഭാത്തിൽ നാട്ടിലൊരു വാർത്ത പരന്നു. പട്ടണത്തിൽ നിന്നൽപ്പം വിട്ട് നാഷണൽ ഹൈവേയോടു ചേർന്നു കിടന്ന ആ പ്രദേശത്തെ അഞ്ഞൂറോളം ഏക്ര സ്ഥലങ്ങൾ പ്രത്യേക സാമ്പത്തിക മേഖലക്കായി സർക്കാർ ഏറ്റെടുക്കുന്നുവെന്ന്. ആ വാർത്തയുടെ നേരറിയാൻ കൂടുതൽ ദിവസങ്ങൾ വേണ്ടി വന്നില്ല. ഏതോ വലിയ വിദേശ കമ്പനി എത്രയോ ആയിരം കോടികൾ അവിടെ മുതൽമുടക്കുന്നു വെന്നും ഇനി ഈ പ്രദേശം ഒരു കുട്ടിസിങ്കപ്പൂരാകുമെന്നും നാട്ടിൽ തെണ്ടിത്തിരിഞ്ഞു നടക്കുന്ന യുവശക്തി ഇനി എല്ലാം തികഞ്ഞ ഉദ്യോഗശക്തിയായിത്തീരുമെന്നും മാവേലി നാടുവാണകാലം ഈ കലിയുഗത്തിൽ അനുഭവിക്കാൻ പോവുകയാണെന്നും നാട്ടിൽ പകർച്ചവ്യാധിയേക്കാൾ വേഗത്തിൽ പടർന്നു.

ചെറിയ ചെറിയ പുരയിടങ്ങളും, കൃഷിയിടങ്ങളുമടങ്ങിയ ആ ജനാവാസത്തിൽ പിന്നെപ്പിന്നെ സ്ഥലമെടുപ്പും കുടിയൊഴിക്കലും സർവേയിംഗും നഷ്ടപരിഹാരത്തർക്കങ്ങളും തുടങ്ങി.

അതിനോടു കൂടിത്തന്നെ കവലയിൽ ഒരു സമരപ്പന്തലും ഉയർന്നു. ഓരോ ദിവസവും ഓരോ നിറങ്ങളിലുള്ള കൊടികളും നേതാക്കളും പ്രകടനങ്ങളും വന്നു. ബലികുടീരങ്ങളേ.... പത്രങ്ങളുടെ പ്രാദേശിക പേജുകളിൽ നിന്നും മെയിൻ പേജുകളിലേക്ക് ആ ചെറിയ ഗ്രാമം ഉയർത്തപ്പെട്ടു. മിനിസ്ക്രീനിലെ വിധികർത്താക്കളാൽ വാഴ്ത്തപ്പെട്ടു. വാദങ്ങളും പ്രതിവാദങ്ങളും സ്വപ്നങ്ങളും നിസ്സഹായതകളും മഴയൊഴിഞ്ഞ അന്തരീക്ഷത്തിൽ നിറഞ്ഞു നിന്നു.

വാദികൾക്കെല്ലാം ഒരേ മുഖമായിരുന്നു. എത്രയോ ആയിരങ്ങൾക്ക് തൊഴിൽ, ഒരിക്കലും സ്വപ്നം കാണാനാകാത്ത പൊന്നുപോലത്തെ ഭൂവില, പുനരധിവാസം, സിങ്കപ്പൂർ, തിരുവോണം.

പ്രതിവാദികൾക്കും ഒരേ മുഖവും സ്വരവുമായിരുന്നു. തുച്ഛവിലക്ക് വിദേശികൾക്ക് തീറെഴുതപ്പെടുന്ന ദേശവും പ്രകൃതി സമ്പത്തും, ഭക്ഷ്യക്ഷാമത്തിനും പട്ടിണിമരണങ്ങൾക്കും കാരണമായ കൃഷിഭൂമിയുടെ വ്യവസായീകരണം, സാർവ്വഭൗമാധികാരത്തിനു വിഘാതമാകുന്ന വിദേശത്തുരുത്തുകൾ, തൊഴിലാളിചൂഷണം, റെവന്യൂ നഷ്ടം, നെറികെട്ട പുനരധിവാസം, പബ്ലിക് സെക്ടർ മന:പൂർവ്വം വെടക്കാക്കി തനിക്കാക്കുന്ന കുത്തകമുതലാളിത്ത ബൂർഷ്വാ സർക്കാരുകൾ, കോളനീകരണം, ലിബറലൈസേഷൻ, പ്രൈവറ്റൈസേഷൻ, ഗ്ലോബലൈസേഷൻ, രണ്ടാം സ്വാതന്ത്ര്യസമരം.

വാദികൾക്കുമേൽ ജനപക്ഷത്തുനിന്ന പ്രതിവാദികൾ ധാർമ്മിക വിജയം നേടുമെന്ന് തോന്നിച്ച നാളുകൾ. സമരപ്പന്തലിൽ എന്നും പ്രസംഗങ്ങളും നിരാഹാരങ്ങളും പ്രതിഷേധപ്രകടനങ്ങളും നടന്നു. വിവിധ ലേബലുകളൊട്ടിച്ച മനുഷ്യാവകാശപ്രവർത്തകരുടെ കീഴിൽ നിജനിർദ്ധാരണക്കമ്മറ്റികളും തെളിവെടുപ്പുകാരും വന്നു. വിവരങ്ങൾ ശേഖരിച്ചു പോയി. നന്ദിഗ്രാമവും സിങ്കൂരും സ്വന്തം നാടിനെപ്പോലെ ചിരപരിചിതങ്ങളായി. ബുദ്ധദേവും മമതാബാനർജിയും വീട്ടുകാരായി.

സമരത്തിന് ഐക്യദാർഢ്യം പ്രഖ്യാപിച്ചുകൊണ്ട് ആദ്യം വന്നവർ സെസിന്റെ ഗുണദോഷങ്ങളെപ്പറ്റി ഘോരഘോരം പ്രസംഗിച്ചു. കൃഷിഭൂമി കർഷകനിൽ നിന്നും തട്ടിപ്പറിക്കാത്ത, തൊഴിൽ നിയമങ്ങൾ ബഹുമാനിക്കുന്ന, ഇക്കോ ഫ്രണ്ട്ലിയായ, തങ്ങളുടെ സ്വപ്നത്തിലുള്ള ഒരു പുതിയ പ്രത്യേക സാമ്പത്തിക മേഖലയെക്കുറിച്ച് അവർ കുറെയേറെ പ്പറഞ്ഞു. സുധാകരൻ നിരാഹാരത്തിനിരുന്ന ഒന്നാം ദിവസം അവർ അങ്ങനെ പറഞ്ഞപ്പോൾ അതിൽ കാര്യമുണ്ടെന്ന് അയാൾക്കു തോന്നി.

അതിനടുത്ത ദിവസം വന്നവർ പ്രത്യേക സാമ്പത്തികമേഖലയുടെ കാര്യത്തിൽ എല്ലാവരും ഇരട്ടത്താപ്പുകാരാണെന്നും കുത്തകമുതലാളിത്തത്തിന്റെ ഈ നഗ്നമായ കടന്നുകയറ്റത്തെ വേണ്ടിവന്നാൽ പ്രാണൻ കൊടുത്തും എതിർക്കുമെന്നും സെസിന്റെ മാനുഷികമുഖം ആവശ്യപ്പെടുന്ന വിപ്ലവ റിവിഷനിസ്റ്റുകൾ കൂടുതൽ അപകടകാരികളാണെന്നും സാത്താന്റെ മുഖമുള്ള സെസിനെ ഒരു തരത്തിലും അംഗീകരിക്കുന്ന പ്രശ്നമേയില്ലെന്നും ഉറക്കെ പ്രഖ്യാപിച്ചപ്പോൾ നിരാഹാരത്തിന്റെ അവശതയിലും അപ്പറഞ്ഞതാണു കാര്യം എന്നു കരുതി സുധാകരനും സഖാക്കളും ഉത്സാഹത്തോടെ കയ്യടിച്ചു.

കാണെക്കാണെ സമരപ്പന്തലിൽ ആളും ആവേശവും കുറഞ്ഞുകുറഞ്ഞു വന്നു. ഒരു ദിവസം ആ പന്തലും അതിനുപുറത്തുകെട്ടിയ സമരസമിതിയുടെ ബാനറും അപ്രത്യക്ഷമായി. താടിക്കാരും ശുഭ്രവസ്ത്രധാരികളുമായ നേതാക്കൾക്കു വേണ്ട വെളുപ്പും കറുപ്പും കോമ്പൻസേഷനുകൾ കിട്ടിക്കാണുമെന്ന് നാട്ടുകാർ മുറുമുറുത്തു. ചിലപ്പോൾ ഇതിനേക്കാൾ വലിയ സമരമുഖങ്ങളേതെങ്കിലും കണ്ടുകിട്ടി എല്ലാവരും അങ്ങോട്ടു കുടിയേറിയിരിക്കാമെന്ന് സുധാകരൻ സ്വയം കരുതി.

എന്തായാലും ആരുടെയും ഇഷ്ടമോ, അനിഷ്ടമോ ശ്രദ്ധിക്കാത്ത ശ്വേതരൂപികൾ ആ പുരയിടങ്ങളുടെയും കൃഷിയിടങ്ങളുടെയും ബ്ലൂപ്രിന്റിൽ ചിത്രപ്പണികളാരംഭിച്ചു.

"ശരിക്കുമുള്ള അത്ഭുതം നിങ്ങൾ കാണാനിരിക്കുന്നതേയുള്ളൂ." റോ

ഡരികിൽ പ്രതിമപോലെ നിന്ന സുധാകരന്റെ കൈ പിടിച്ചു വലിച്ച് അമ്മിണി കുറച്ചൊന്നു കാതരയായി: “ശരിക്കും കുചേലന്റെ കഥപോലെ!”

ഇവർക്കൊക്കെ എങ്ങനെ ഇത്ര സന്തോഷിക്കാൻ കഴിയുന്നു എന്നു മനസ്സിലാവാതെ ഒരു വിജേതയെപ്പോലെ തലയുയർത്തി നടക്കുന്ന അമ്മിണിക്കു പിന്നാലെ അയാൾ നടന്നു.

ഇടറോഡിനിടതു വശത്ത് തന്റെ ആമയെപ്പോലെ പതുങ്ങിക്കിടക്കുന്ന മഴ ചോരുന്ന വീടും രണ്ടേക്കർ തെങ്ങിൻപറമ്പും അയാളെ സങ്കടത്തോടെ നോക്കി, നെടുവീർപ്പിട്ടു.

മെയിൻ റോഡിനരികിൽ ആറേഴുനിലകളുള്ള ഒരു അപ്പാർട്ടുമെന്റിനു മുന്നിൽ അമ്മിണി നിന്നു. പിന്നെ തിരിഞ്ഞ് അയാളുടെ മുഖത്തു നോക്കി ഒരു വിജയച്ചിരി ചിരിച്ചു.

വരൂ...

സകല സൗകര്യങ്ങളുമുള്ള ആ അപ്പാർട്ട്മെന്റിന്റെ നാലാമത്തെ നിലയിലുള്ള ഫ്ളാറ്റ് അമ്മിണി തുറന്നു.

“വലതുകാലുവെച്ച് സന്തോഷത്തോടെ കയറൂ. ഈ കമ്പനീടെ ഒരു സ്നേഹം.” അവർ തന്നോടുതന്നെയായി പറഞ്ഞു, “നമ്മളൊന്നും അറിയേണ്ട!”

എല്ലാം തികഞ്ഞ സ്വീകരണമുറി. കുഷനിട്ട കസേരകൾ, സോഫകൾ, ടീപ്പോയ്, ഇരുപത്തൊമ്പതിഞ്ചിന്റെ നല്ല ഒന്നാംതരം സോണി പ്ലാസ്മാ ടി.വി., ടി.വി. സ്റ്റാൻഡിന്റെ രണ്ടാമത്തെ അറയിൽ ചില്ലുകൂട്ടിൽ ഓമനത്തം തോന്നുന്ന ചെറിയ ഡിവിഡിപ്ലെയർ, കുറച്ചപ്പുറത്ത് ജനലിനോടു ചേർന്ന് മേശപ്പുറത്ത് എല്ലാ ആധുനികതകളുമണിഞ്ഞ സാംസങ്ങ് എൽസിഡി കമ്പ്യൂട്ടർ, ഫ്രിഡ്ജ് –

സ്വീകരണ മുറിയിൽ നിന്ന് കടക്കുന്നത് സർവ്വസുന്ദരമായ കിടപ്പുമുറിയുടെ തണുത്ത സ്വർഗ്ഗത്തിലേക്ക്. അതിനൊരുവശത്ത് പരസ്യങ്ങളിൽ മാത്രം കണ്ടിട്ടുള്ള ടോയ്‌ലറ്റ്. സ്വീകരണമുറിയുടെ മറുവശത്തുള്ള വാതിൽ തുറന്നാൽ ഒരു ചെറിയ, പക്ഷേ, അത്യന്താധുനിക സർവ്വോപകരണസുന്ദരിയായ കിച്ചൻ.

എന്താണു നടക്കുന്നതെന്നുപോലുമറിയാതെ തരിച്ചുനിന്ന സുധാകരനെ അമ്മിണി കുഷനിട്ട പതുപതുത്ത കസേരയിൽ പിടിച്ചിരുത്തി. അമ്മിണി രണ്ടുമൂന്നു വട്ടം മദംപൊട്ടിയതുപോലെ വീടു മുഴുവൻ തിരിഞ്ഞു. പിന്നെ താൻ മാത്രമാണിവിടെ പഴഞ്ചൻ സാധനം എന്നോർത്ത് വിഷണ്ണനായിരിക്കുന്ന സുധാകരന്റെ മുമ്പിൽ രണ്ടു കൈയ്യും ഇടുപ്പിൽ വെച്ച് വിജയശ്രീലാളിതയായി: “ഇപ്പോൾ സഖാവ് കുചേലൻ എന്തു പ

റയുന്നു.?"

പുച്ഛവും അതിലധികം അഭിമാനവും ആത്മവിശ്വാസവും തെളിഞ്ഞു കത്തുന്ന അവളുടെ മുഖത്തേക്കു നോക്കാൻ സുധാകരൻ എന്ന കുചേലന് ഭയം തോന്നി. വെളുത്ത കൃഷ്ണൻമാരുടെ കൊഴുത്ത ലീലകളിൽ അയാൾ മറവിരോഗ ബാധിതനായി.

കഴുക്കോൽ ചിതലരിച്ചു മോന്തായം ചോർന്നൊലിക്കുന്ന വവ്വാലിനെപ്പോലെ തൂങ്ങിക്കിടക്കുന്ന ആ വീട്ടിൽനിന്ന് മോചനം കിട്ടുമെന്ന് ഒരിക്കലും വിചാരിച്ചതല്ല. അപ്രതീക്ഷിതമായി തന്റെ സങ്കൽപ്പത്തിലുള്ള വീടു വീണുകിട്ടിയ ഹരത്തിന്റെ ആനപ്പുറത്തായിരുന്നു അമ്മിണി.

"നാളെത്തൊട്ട് നമ്മളെന്തു പുഴുങ്ങി തിന്നും അമ്മിണീ."

സുധാകരൻ ഒടുവിൽ അസഹനത്തോടെ ചോദിച്ചു. ഇവർക്കെല്ലാം ശരിക്കും വട്ടുപിടിച്ചിരിക്കുന്നു എന്നു മനോവേദനിക്കുന്ന സുധാകരനാണ് യഥാർത്ഥ വട്ട് എന്ന് കരുതി സഹതപിക്കുന്ന അമ്മിണിയെന്ന ആശാവാദിക്ക് എല്ലാത്തിനും റെഡിമെയ്ഡ് ഉത്തരങ്ങളുണ്ട്. ആ സ്വിച്ചൊന്നിടുകയേ വേണ്ടൂ.

"ഈ വയ്യാത്തകാലത്ത് ഇരുപത്തിനാലു മണിക്കൂറും വെയിലും മഴേം കൊണ്ട് കഷ്ടപ്പെട്ടുണ്ടാക്കുന്ന അടക്കേം തേങ്ങേം കൊണ്ട് എന്താണ് കിട്ടണത്? കടും കള്ളീം അല്ലാണ്ട്. കമ്പനിക്കാര് ഭൂമി നഷ്ടപ്പെടുന്നവർക്ക് ഫ്ളാറ്റ് മാത്രമല്ല കുടുംബത്തിനൊരുദ്യോഗവും വാഗ്ദാനം ചെയ്തിട്ടുണ്ട്. ഒരു നാലഞ്ചുമാസം ഒന്നു ക്ഷമിച്ചിരുന്നാമതി. ഈ കമ്പനിയുടെ ഒരു കാര്യം. നമ്മളൊന്നും അറിയണ്ട."

താനെന്തുപറഞ്ഞാലും ഇവറ്റകൾക്കൊന്നും തലയിൽക്കേറില്ല എന്നറിയാവുന്നതുകൊണ്ട് അയാൾ വെറുതെയിരിന്നു. ഇവൾ കുറ്റവും കുറവും പറയുന്ന ആ മഴപെയ്യുന്ന നരച്ച വീട്ടിലാണ് ഇന്നലെവരെ എത്രയോ തലമുറകൾ ജനിച്ചു ജീവിച്ചു മരിച്ചത്. ആ ഗ്രഹണി പിടിച്ച തെങ്ങും കവുങ്ങുമാണ് എത്രയോ വയറുകൾ നിറച്ച് ജീവിതം പച്ചപിടിപ്പിച്ചത്. ആ വീടിനും പറമ്പിനും ഒരു മനസ്സുണ്ട്, ഭാഷയുണ്ട്. ഒരു വ്യാപാരിക്കും മനസ്സിലാകാത്ത ഒരു നിലയും വിലയുമുണ്ട്. ഈ കാറ്റിനെപ്പോലെ, നാട്ടുമാവിനെപ്പോലെ, കിഴക്കെ പുളിമരത്തിലുദിക്കുന്ന സൂര്യനെപ്പോലെ കവുങ്ങിൻ തോപ്പിനുമുകളിൽ കാവടിയാടുന്ന ഇടവപ്പാതിയെപ്പോലെ, നിളനീരൊഴുക്കുപോലെ, പടിക്കൽ നിന്നു കണ്ടാൽ അമറി ശബ്ദമുണ്ടാക്കുന്ന തൊഴുത്തിലെ മൂകസ്നേഹം പോലെ ഒരിക്കലും വിലയിടാനാവാത്ത ആ എന്തോ ഒന്ന് - അതൊന്നും ആർക്കും മനസ്സിലാവില്ല. പറഞ്ഞിട്ടു കാര്യവുമില്ല. അതിനേക്കാളൊക്കെ വിഷമം ആ പറ

മ്പിലെ തെക്കേക്കണ്ടത്തിലാണ് പൂർവ്വികരെല്ലാം പ്രശാന്തമായുറങ്ങുന്നത്. തനിക്കറിയാത്ത തന്റെ തലമുറകൾ, അറിയാവുന്ന മുത്തശ്ശി, മുത്തശ്ശൻ, അമ്മമ്മ, അമ്മ. സന്ധ്യക്കു വിളക്കു കാണാതെ അവരെല്ലാം എന്നെന്നേക്കുമായി ഇരുട്ടിൽ നഷ്ടപ്പെടുകയാണ്. താനും അവരുടെയടുത്ത് സംതൃപ്തനായി അന്ത്യവിശ്രമം കൊള്ളുന്നത് രാത്രികളിൽ അരമതിലിൽ മാനത്തേക്ക് നോക്കിക്കിടന്ന് ഊഹിച്ചിട്ടുണ്ട്. ഒരു ചെറിയ കാൽപ്പാടുപോലുമില്ലാതെ എല്ലാം ഒടുങ്ങുകയാണ്, എല്ലാം.

അയാൾ കണ്ണീര് അമ്മിണി കാണരുതെന്ന് കരുതി തോർത്തുകൊണ്ട് മുഖം അമർത്തിത്തുടച്ച് കസേരയിൽ കണ്ണടച്ചു കിടന്നു.

രാത്രി, പുതിയ ഡബിൾകോട്ടിന്റെ പതുപതുത്ത അപരിചിതത്വത്തിൽ സുധാകരൻ ഉറക്കം വരാതെ തിരിഞ്ഞും മറിഞ്ഞും കിടന്നു. അമ്മിണിയുടെ കണ്ണിലേക്കു നോക്കാൻ ഇപ്പോൾ പേടിയാവുന്നു. തനിക്കപരിചിതമായ വായു ചത്ത ഗന്ധം, വീർപ്പുമുട്ടിക്കുന്ന തണുത്ത നിശബ്ദത.

കത്തിയും കെട്ടും തെങ്ങിൻതോപ്പിനെ ആകാശമാക്കുന്ന മിന്നാമിനുങ്ങുകളുടെ ഇന്ദ്രജാലവും മഴയൊഴിഞ്ഞ ഇടവേളകളിൽ ചീവീടുകളും മറ്റനേകം സൂക്ഷ്മജീവികളും ചേർന്നു നടത്തുന്ന താരാട്ടുമോർത്ത് അയാൾ അസ്വസ്ഥനായി. പാടത്തിന്റെ പടിഞ്ഞാറേ അതിർത്തിയോടു ചേർന്നുള്ള മുളങ്കൂട്ടങ്ങളിലെ കുറുക്കൻമാരുടെ ഓരിയിടലുകൾ ഇനി ഏതു നാട്ടിലേക്കു കുടിയേറുമോ എന്തോ? പണത്തിനും അധികാരത്തിനും മുമ്പിൽ എല്ലാ ഓരിയിടലുകളും മൂകമാവുന്നു.

വരാത്ത ഉറക്കത്തിന് കഠിനമായി ശ്രമിച്ച് സുധാകരൻ കണ്ണടച്ചു കിടന്നു. കർക്കടകത്തിലെ മഴ പെയ്യുന്ന സന്ധ്യക്ക് ഉമ്മറത്ത് പാനീസിന്റെ നനഞ്ഞ വെളിച്ചത്തിൽ അച്ഛൻ ഈണത്തിൽ രാമായണം വായിക്കുന്നു.

ഇപ്പോൾ ഭുജിപ്പാനവസരമില്ലമ്മേ
ക്ഷിപ്രമരണ്യവാസത്തിന്നുപോകണം.

തൂണുചാരി ഇരുട്ടിലേക്കു നോക്കി രാമായണം കേൾക്കുന്ന അമ്മയുടെ മടിയിൽ തലവെച്ചു കിടക്കുന്ന തന്റെ തല അമ്മ രാമായണത്തിന്റെ ഈണത്തിൽ ഞാവിത്തരുന്നു.. അതിനേക്കാൾ വലിയ ഒരു സുഖം താനീ ചെറിയ ജീവിതത്തിൽ അനുഭവിച്ചിട്ടില്ല.

തല ഞാവുന്നതിന്റെ സുഖത്തിൽ അവനുറങ്ങാൻ തുടങ്ങുമ്പോൾ കഞ്ഞിക്കും ചോറെന്നു പറയുന്ന അമ്മ ശബ്ദമില്ലാതെ വിളിക്കും.

അപ്പോ, ചോറുണ്ടിട്ടൊറങ്ങ്യാമതി.

പറമ്പിൽ അനാഥരായി കിടക്കുന്ന അച്ഛനെയും അമ്മയെയും ഓർത്ത് സുധാകരൻ മെല്ലെയെഴുന്നേറ്റ് അപ്പാർട്ട്മെന്റിന്റെ പനിവെളിച്ചത്തിൽ

നിന്ന് ഇരുട്ടിലേക്കു നടന്നു. തന്റെ വീട്ടിലേക്കു തിരിയുന്ന വഴിയിൽ നിന്നിരുന്ന രണ്ടു യൂണിഫോം ധാരികളിലൊരാൾ ചോദിച്ചു.

"ആരാ, എന്തു വേണം?"

സുധാകരൻ അതു കേൾക്കാത്ത മട്ടിൽ തന്റെ പറമ്പിലേക്കു തിരിഞ്ഞതും ആ വാച്ച്മാൻ വന്നു പിടിച്ചു വലിച്ചതും ഒന്നിച്ചായിരുന്നു.

"എന്നെ വിടൂ, എനിക്കെന്റെ വീട്ടിലേക്കു പോണം."

ചെറിയ കുട്ടിയെപ്പോലെ വാശിപിടിച്ച സുധാകരനെ അയാൾ പിടിച്ചു തള്ളി. ബാലൻസു തെറ്റിയ സ്വപ്നാടകൻ വെറും മണ്ണിൽ കമിഴ്ന്നടിച്ചു വീണു. ആ മണ്ണിൽ നിന്ന് എഴുന്നേൽക്കാൻ ശ്രമിക്കാതെ അയാൾ അമ്മയുടെ മാറിൽ മുഖം പൂഴ്ത്തിക്കിടക്കുമ്പോഴും വിചാരിച്ചു. വരും, ആരെങ്കിലും വരും. സിങ്കൂരിലെയും നന്ദിഗ്രാമിലെയും പോലെ തന്നെ എഴുന്നേൽപ്പിക്കാനും ആരെങ്കിലും വരും.

കുറച്ചകലെ കമ്പനി അപ്പാർട്ട്മെന്റിലെ നാലാമത്തെ ഫ്ളാറ്റിലെ ഹിമസ്വർഗ്ഗത്തിൽ ഇതൊന്നുമറിയാതെ കുട്ടികളെ കെട്ടിപ്പിടിച്ച് സംതൃപ്തിയോടെ ഉറങ്ങുകയായിരുന്ന അമ്മിണി മൂന്നാമത്തെ സ്വപ്നത്തിലേക്കു കടക്കുകയായിരുന്നു.

*****

കൊലയുടെ ചരിത്രം

നേരം സന്ധ്യയാകുന്നു. പഴയപാർക്കിന്റെ ഇടവഴികളിലൂടെ ഞാൻ ഉണ്ണിയുടെ കൈപിടിച്ച് സാവധാനം നടന്നു. ഇടിഞ്ഞുപൊളിഞ്ഞ കൻമതിലുകളും വരിതെറ്റി ഇടതൂർന്നു വളർന്ന മരങ്ങളും വള്ളികളും ഒരു വലിയ പാമ്പിൻകാവു പോലിരുന്നു. അതിനിടയിലൂടെ തുടങ്ങിയേടത്തെത്തുന്ന ചപ്പുചവറുകൾ മൂടിയ ചെറിയ വഴികൾ. ഇടവിട്ടിടവിട്ട് വളർച്ച നിലച്ചു കാരച്ച മൗനജപികളായ അശോകമരങ്ങൾ. സുവർണകാലം നുണഞ്ഞു കിടക്കുന്ന പഴംഗന്ധങ്ങൾ.

ഉണ്ണി വളരെ ഗാഢമായ ആലോചനയിലായിരുന്നു. എന്നോട് ചേർന്ന് അൽപം പിന്നിൽ നടന്നിരുന്ന ഉണ്ണിമുഖത്തേക്ക് ഞാനിടക്കിടെ പാളുന്നത് അവനറിഞ്ഞിരുന്നില്ല. അവന്റെ കുഞ്ഞിക്കൈകൾ എന്റെ സുരക്ഷിതത്വത്തിലായിരുന്നെങ്കിലും എങ്ങോ നഷ്ടപ്പെട്ട കണ്ണുകളിൽ വെറുപ്പോ, വേദനയോ തടാകമായിക്കിടക്കുന്നതെന്ന് എനിക്കു മനസ്സിലാക്കാനായില്ല. അല്ലെങ്കിലും ചിന്തകളുടെ ബാല്യം എനിക്കൊരിക്കലും മനസ്സിലാകില്ലല്ലോ. അവന്റെ ചിന്തകളിലേക്കും മരങ്ങൾക്കപ്പുറത്ത് ചിതറിയ സന്ധ്യയിലേക്കും നോക്കി ഞാൻ വിഡ്ഢിയെപ്പോലെ നടന്നു.

ലളിത കിടന്നിരുന്ന കട്ടിൻ തലക്കൽ കുനിഞ്ഞിരുന്ന ഉണ്ണിയേയും കൂട്ടി പുറത്തിറങ്ങി നടന്നുവരാൻ അവൾ തന്നെയാണ് പറഞ്ഞത്. അവളുടെ കസിനായ ശ്യാമിന്റടുത്ത് ഉണ്ണിയെക്കാണിച്ചിട്ട് മൂന്നാമത്തെ ദിവസമായിരുന്നു. ഒരു ഡോക്ടറെയല്ല സൈക്യാട്രിസ്റ്റിനെയാണ് ഉണ്ണിക്കാവശ്യം എന്നു ശ്യാം പറഞ്ഞപ്പോൾ ലളിത എല്ലാ നിയന്ത്രണങ്ങളും വിട്ടു കരഞ്ഞു. പിന്നെ അവളെ തണുപ്പിക്കാനോ എന്തോ ശ്യാം ഇതു പേടിക്കാനില്ല, പെട്ടെന്നുണ്ടായൊരു ഷോക്കാണെന്നു പറഞ്ഞു. ഇളം മനസ്സല്ലേ, അഹിതമായതൊന്നും അവനോടു പറയാതിരിക്കുക. സന്തോഷകരമായ കാര്യങ്ങളും സാഹചര്യങ്ങളും ഒരുക്കുക. ലളിതയുടെ അബോർഷൻ അവനറിഞ്ഞില്ല. പതിവില്ലാതെ അമ്മ അലസമായി പകലുറക്കത്തിൽ നിറയുമ്പോഴും അവൻ കൂടുതലൊന്നും അതേപ്പറ്റി ചോദിച്ചില്ല. ലളിത അവന്റെ മുടിയിലൂടെ ചെറുതായി വിരലോടിച്ചുകൊണ്ടിരുന്നു. പക്ഷേ, അവന്റെ ഇരിപ്പിലെ അസ്വാഭാവികത - ലളിതയാണു പറഞ്ഞത് ഈ മുറുകിയ അന്തരീക്ഷത്തിൽ നിന്ന് അവനെ പുറത്തേക്കു കൊ

ണ്ടു പോകാൻ.

ഉണ്ണിയുടെ ഗാഢമായ മൗനവും ആലോചനയും ഞങ്ങളുടെ രണ്ടു പേരുടെയും മനഃസമാധാനം കെടുത്തിയിട്ട് ദിവസങ്ങളായി. "എന്റെ കുട്ടിക്കിതെന്തു പറ്റീ?" ലളിത വേവലാതിപ്പെടുമ്പോൾ ഞാൻ സമാധാനിപ്പിക്കും. എല്ലാം നേരെയാകും. നമ്മളാർക്കും ഒരു ദ്രോഹവും ചെയ്തിട്ടില്ലല്ലോ. അതുതന്നെയായിരുന്നു എന്നെ രക്ഷിക്കാത്ത എന്റെ വിശ്വാസവും. പെട്ടന്നുണ്ടായ ഒരു ചെറിയ ഷോക്കിൽ നിന്ന് അവൻ പഴയ ചിരിക്കുടുക്കയായി മാറും.

പക്ഷേ, ഉണ്ണി മടങ്ങിവന്നില്ല. തന്നോടുതന്നെ കണക്കുകൂട്ടിക്കൊണ്ടുള്ള നടപ്പും ഇരിപ്പും. വല്ലപ്പോഴും സംസാരിക്കുന്ന ഗഹനമായ ചില പ്രശ്നങ്ങൾക്കുത്തരമില്ലാതെ ലളിതയും ഞാനും പരസ്പരം കണ്ണിൽ നോക്കി നിൽക്കുന്നു. ഞങ്ങളുടെ സന്തുഷ്ടകുടുംബം എത്ര പെട്ടെന്നാണ് ഒരു ചെറിയ മൗനത്തിലൊതുങ്ങിയത്. സന്ധ്യയാകുന്നതോടെ ഞങ്ങളോരോരുത്തരും ഞങ്ങളുടേതായ തുരുത്തുകളിൽ തനിച്ചാകുന്നു. വിചാരങ്ങളുടെ മൗനം മുറിക്കുന്ന ചെറിയ സംഭാഷണ ശകലങ്ങൾ മാത്രം. ഇങ്ങനെപോയാൽ. അതെ, ഉണ്ണിയെ വീണ്ടും ആറുവയസ്സുകാരനാക്കാൻ ഒരു സൈക്യാട്രിസ്റ്റിന്റെ ആവശ്യകത വർദ്ധിച്ചുകൊണ്ടിരിക്കയാണ്. മനോഹരമായ പ്രകൃതിദൃശ്യങ്ങൾ പോലും അവനിൽ ഒരു ചലനവുമുണ്ടാക്കുന്നില്ലെന്ന് മുഖം കണ്ടാലറിയാം.

"എന്തിനാ അവറ്റയെ കൊത്തിക്കൊല്ലുന്നത്?"

ഉണ്ണി പെട്ടെന്ന് എന്റെ മുഖത്തു നോക്കി ചോദിച്ചു. ഞങ്ങളുടെ വഴിയുടെ കിഴക്കുവശത്തു നിറഞ്ഞു നിൽക്കുന്ന പേരാലുകൾക്കു മീതെ അങ്ങുമിങ്ങും അശാന്തമായി പറക്കുന്നു കൊറ്റികൾ. ചിറകടിയുടെ വെളുത്ത അവതാളങ്ങളിൽ ഏതോ വർഗ്ഗഭീതി പങ്കിട്ടെടുത്ത് ഒരു മരത്തിൽ നിന്ന് മറ്റൊരു മരത്തിലേക്ക് അവ ഒഴുകിയിറങ്ങുന്നു. അവറ്റയെ ഇരിപ്പുറയ്ക്കാനയക്കാതെ കാക്കകൾ വട്ടമിട്ടു കൊത്തുന്നു. ആദ്യത്തെ കാക്ക ഒരു കൂട്ടമായിരിക്കുന്നു. ഇപ്പോൾ കൊറ്റികൾ പച്ചക്കുടകൾക്കു മുകളിൽ ഗണിതക്രമം വിട്ടു ചിതറുകയാണ്.

"ദേശാടനക്കിളികളാണ്."ഞാൻ ഉണ്ണിയോടു പറഞ്ഞു. "എല്ലാ വസന്തങ്ങളിലും അവർ വിരുന്നു വരുന്നു. ഇതിനുമുമ്പേ ഉണ്ണി ഇവറ്റയെ കണ്ടിട്ടില്ലേ?" ഉണ്ണിയുടെ വായിൽകൊള്ളാത്ത ചോദ്യങ്ങളോർത്ത് വിഷമിച്ചെങ്കിലും പതുക്കെ സന്തോഷകരമായ കാര്യങ്ങളിലേക്ക് കടക്കാമെന്നു കരുതി ഞാൻ ചോദിച്ചു. ഉണ്ണി നാലുവർത്തമാനം പറയുകയെങ്കിലും ചെയ്യട്ടെ. പക്ഷേ, ഉണ്ണി മറ്റൊരു ചോദ്യം കൊണ്ട് എന്നെയും കൊ

ത്തിക്കൊല്ലുകയായിരുന്നു.

"വിരുന്നുകാരെ വീട്ടുകാർ കൊല്ലുകയാണല്ലേ?"

അരിച്ചുകയറുന്ന തണുപ്പിലും പൊള്ളുന്ന ഈ കൈ എന്റെ മകന്റെയല്ല. അവന്റെ മുഖത്തേക്ക്, കൊളുത്തിവലിക്കുന്ന കണ്ണുകളിലേക്ക് നോക്കാൻ എനിക്കു പേടിയാവുന്നു. പക്ഷേ, ശ്യാമിന്റെ അഭിപ്രായത്തിൽ ഇവിടെ ഞാൻ ഇടറാൻ പാടില്ല.

"കാക്കകൾക്ക് നമ്മൾ മനുഷ്യരെപ്പോലെ ചിന്താശേഷിയോ, സംസ്ക്കാരമോ ഇല്ല." എന്റെ ഉത്തരത്തിന്റെ ഭദ്രതയില്ലായ്മയോർത്ത് ഞാൻ മടിച്ചു പതുക്കെ പറഞ്ഞു. മാർച്ചട്ടയില്ലാതെ, വിവസ്ത്രനായി അടുത്ത ചോദ്യത്തിനു പരുങ്ങി നിന്ന എന്നെ വെറുതെവിട്ടുകൊണ്ട് അവൻ മൗനിയായി. ഞങ്ങളുടെ മൗനത്തിനിടയിലൂടെ അരക്കെട്ടു പരസ്പരം ചുറ്റിപ്പിടിച്ച്, എന്തോ പറഞ്ഞു ചിരിച്ച് രണ്ടു കമിതാക്കൾ കടന്നുപോയി. ഞങ്ങളുടെ മൗനം സന്ധ്യയെയും തണുപ്പിനെയും കവച്ചുവെക്കുമെന്നായപ്പോൾ ഞാൻ എനിക്കുതന്നെ വിശ്വാസമില്ലാത്ത എന്തൊക്കെയോ കാര്യങ്ങൾ പറയാൻ തുടങ്ങി. ശാസ്ത്രജ്ഞൻമാരെപ്പോലും അത്ഭുതപ്പെടുത്തുന്ന പക്ഷികളുടെ ദേശാടന വൈചിത്ര്യങ്ങൾ, പുരാണങ്ങൾതൊട്ടുള്ള വാർത്താവിനിമയങ്ങൾ - പക്ഷേ, എന്റെ വർത്തമാനം ഞാനറിയാതെത്തന്നെ മറ്റെവിടെയോചെന്നു ചേരുകയായിരുന്നു. ദേശാടനപക്ഷികളിലൂടെയുള്ള അണുസംക്രമണം, രോഗാണുയുദ്ധം, ജൈവഭീഷണി. ശ്യാമിന്റെ വാക്കുകൾ ഒരു ഞെട്ടലോടെ ഓർത്തു നിശബ്ദനാകുമ്പോഴേക്കും ഞങ്ങൾ തുടങ്ങിയേടത്തെത്തിയിരുന്നു.

അവസാന രണ്ടു പിരീയഡുകൾ ക്ലാസില്ലാത്ത ഒരു വെള്ളിയാഴ്ച. എന്റെ സ്ക്കൂട്ടറിനു മുമ്പേ ഉണ്ണി പുറപ്പെട്ടിറങ്ങി. നഗരം എനിക്കൊരു പേടിസ്വപ്നവും ഉണ്ണിക്കൊരു ഹരവുമാണ്. സ്ക്കൂട്ടറിന്റെ ഹാൻഡിലിൽ കൈകൾവിടർത്തിവെച്ച്, നെഞ്ചു വിരിച്ച് ഗമയിൽനിന്ന്, സന്ധ്യയുടെ മഞ്ഞച്ച തിരക്കിലൂടങ്ങനെയങ്ങനെ....

ക്ലോക്ടവറിന്റെ ഇടതുവശത്തുള്ള പതിവു പീടികയുടെ ഓരത്ത് സ്ക്കൂട്ടറൊതുക്കി ഷോപ്പിലേക്കു കയറി. ഉള്ളിൽ ശ്രീരാം നല്ലതിരക്കിലാണ്. ട്രാഫിക്ക് പോലീസുകാരനെ വീരാരാധനയോടെ നോക്കി നിൽക്കുന്ന ഉണ്ണിയുടെ പിന്നിൽ വാഹനത്തിരക്കിലേക്കു നോക്കി ഞാൻ നിന്നു. ക്ലോക്ടവറിനു ചുറ്റും വാഹനങ്ങൾ കുത്തിയൊലിക്കുന്നു. ടവറിന്റെ കിഴക്കേ റോഡിലൂടെ മുണ്ടും വെളുത്ത ഖദർ ഷർട്ടും ധരിച്ച ഒരു ചെറുപ്പക്കാരൻ തിടുക്കത്തിൽ വാഹനങ്ങൾക്കും ആളുകൾക്കുമിടയിലൂടെ ഓടി വരുന്നത് എന്നെപ്പോലെ ഉണ്ണിയും ശ്രദ്ധിക്കുന്നുണ്ടായിരുന്നു.

അയാൾ ഞങ്ങളുടെ പീടികയുടെ മുന്നിലെത്തിയതും മുണ്ടു തട്ടിത്തടഞ്ഞ് നിലത്ത് കാൽകുത്തി വീണു. എവിടെനിന്നോ അയാൾക്കു ചുറ്റുമെത്തിയ നാലുചെറുപ്പക്കാർ ഷർട്ടിനുള്ളിലൊളിപ്പിച്ചുവെച്ചിരുന്ന വടിവാളുകളെടുത്ത് വായപൊളിച്ച് കൈകളുയർത്താൻ തുടങ്ങുന്ന ചെറുപ്പക്കാരനെ തലങ്ങും വിലങ്ങും വെട്ടിനുറുക്കി. ഒരു നിമിഷം ട്രാഫിക്കുകാരന്റെ കൈകളിൽ വാഹനങ്ങൾ നിശബ്ദമായി. ക്ലോക്ക്ടവറിനു ചുറ്റും വാഹനങ്ങളും ആളുകളും പീടികകളുമെല്ലാം അപ്രത്യക്ഷമായി. കണ്ണിനു മുന്നിൽ ഒരു ചോരക്കളം, ചുറ്റും കറുപ്പ്, നടുവിൽ പൂത്തുണ്ടങ്ങൾ -

ട്രാഫിക് ഐലണ്ടിൽ പച്ചപരക്കുന്നതിനിടയിൽ ആ നാലുചെറുപ്പക്കാരെ ആരും കണ്ടില്ല. ചോരയ്ക്കുചുറ്റും ശബ്ദങ്ങളും മനുഷ്യരും നരയ്ക്കാൻ തുടങ്ങി. ആംബുലൻസിന്റെ കുയ് കുയ് കുയ് കേട്ടിട്ടും ഞാൻ ഉണ്ണിയുടെ കണ്ണുകൾ പൊത്തിയ കൈകളെടുത്തില്ല. എന്റെ കാഴ്ചകൾ മൂടാൻ എവിടുന്നാണൊരു കൈ?

പക്ഷേ, എന്റെ ആശങ്കകളെ തട്ടിയുടച്ച് അവനെല്ലാം കണ്ടിരുന്നുവെന്ന് അവന്റെ പാതിതടഞ്ഞ നിലവിളിയിൽ നിന്നും പുറത്തേക്കുന്തിയ കണ്ണുകളിൽ നിന്നും ഞാനറിഞ്ഞു. എന്റെ നഗ്നതയിലേക്കു തുറിച്ചുനോക്കുന്ന ഉണ്ണിയെ എനിക്കു പേടിയാവുന്നു. ഷോപ്പിങ്ങും വേണ്ട ഒരു ഉലക്കയും വേണ്ട. ചുവന്ന ഇരുട്ടിലൂടെ വീട്ടിലേക്കു പറപറന്നു.....

ഉണ്ണി പതിവിനുവിപരീതമായി സ്ക്കൂട്ടറിനു പിറകിൽ കണ്ണുംപൂട്ടി എന്നെ ഇറുക്കെ കെട്ടിപ്പിടിച്ചിരുന്നു. വഴി മുഴുവൻ പൂക്കളങ്ങൾ. ന്യൂസ് പേപ്പറിന്റെ അകത്താളിൽ തെറിക്കുന്ന കറുത്തമഷി. ടി.വി. സ്ക്രോളിംഗിന്റെ ചുവന്ന ഇരുട്ടിലൂടെ പറപറന്നു...

പിറ്റേന്നു മുതലാണ് ഉണ്ണിയുടെ മൗനം ഞങ്ങളുടെ ആധിയായിത്തുടങ്ങിയത്. ആദ്യമൊന്നും ലളിത കാര്യമാക്കിയില്ല. മത്രമല്ല എനിക്കു ധൈര്യം പകർന്നുതന്നതും അവളായിരുന്നു. കോർമനെക്കൊണ്ടൊന്ന് ഊതിച്ചാൽ ഉണ്ണിയുടെ പേടി പമ്പകടക്കും. പക്ഷേ, അവളുടെ വിശ്വസ്തനായ വെട്ടുകാരൻ കോർമനും ഉണ്ണിയുടെ മൗനത്തോടു പൊളിക്കാനാവാതെ ഊതിത്തോറ്റപ്പോൾ അവളാകെ തകർന്നു.

ഉണ്ണി എന്താണ് ചിന്തിക്കുന്നത്? നിരർത്ഥമായി പിടഞ്ഞു വീഴുന്ന ജീവിതത്തെയോർത്തോ, രണ്ടാം നിഴലായ മരണത്തിന്റെ അനൗചിത്യത്തെക്കുറിച്ചോ, അതോ- എന്തായാലും അവന്റെ ഊതിപ്പൊതിഞ്ഞ ചോദ്യങ്ങൾക്കൊന്നും എനിക്കോ ലളിതക്കോ മറുപടിയുണ്ടായിരുന്നില്ല. ചോദ്യങ്ങളുടേതുമാത്രമായ ഒരു മായികലോകത്തെക്കുറിച്ച് ഞാൻ പലപ്പോഴും മലർന്നു കിടന്നു ചിന്തിക്കാൻ തുടങ്ങി. നമുക്കാർക്കും പെട്ടന്നു പി

ടിതരാത്ത പ്രശ്നോപനിഷത്തുകൾ. ആരും ആഗ്രഹിക്കാത്ത ഉത്തരങ്ങൾ ആ ചെറുപ്പക്കാരെപ്പോലെ തലച്ചോറിലെ തണുത്ത ഇരുട്ടിൽ പതുങ്ങിക്കിടന്നു. നഗ്നതയുടെയും വ്യഭിചാരത്തിന്റയും കുടിപ്പകയുടെയും നഗരം നമ്മുടെ കുട്ടികളെ ആഭിചാരം ചെയ്യുന്നു. ഇക്കാലത്തെ കുട്ടികളുടെ രക്ഷിതാക്കളായിരിക്കുന്നതിനേക്കാൾ വലിയ വെല്ലുവിളി മറ്റെന്താണുള്ളത്. പരിഷ്ക്കാരങ്ങളുടെ ഫ്രീസറുകളിൽ തണുത്തുറങ്ങാൻ തലവിധികളുമായി പിറന്നവർ. സ്വപ്നാടകൻ തിരിച്ചു നടക്കാൻ തുടങ്ങിയിരിക്കുന്നു. പ്രശ്നദേവോ ഭവ! പ്രശ്നദേവോഭവ!

പൂമുഖത്തെ ഇരുട്ടിൽ ചടഞ്ഞിരുന്ന് ഒരു സിഗരറ്റു വലിക്കുകയായിരുന്ന എനിക്ക്, വായനശാലയിൽ നിന്ന് വേണു ഇന്നലെ കൊണ്ടുവന്ന പുസ്തകം നോക്കി മേശപ്പുറത്തേക്കു ചരിഞ്ഞു കിടക്കുന്ന ഉണ്ണിയെ ലളിതയാണ് കാണിച്ചു തന്നത്. ശബ്ദമുണ്ടാക്കരുതെന്ന് അവളാദ്യമേ ആംഗ്യം തന്നിരുന്നു. "കൊലയുടെ ചരിത്രം" എന്ന കൂട്ടക്കൊലകളുടെ ചരിത്രപുസ്തകത്തിന്റെ പേടിപ്പെടുത്തുന്ന മുഖച്ചിത്രത്തിൽ മടക്കിവെച്ച കൈകളിൽ തല ചെരിച്ചു വെച്ച് തുറിച്ചു നോക്കിക്കിടക്കുകയായിരുന്നു ഉണ്ണി.

എങ്ങോട്ടെന്നില്ലാതെ പരക്കം പായുന്ന കുറെ ചെറിയ വെള്ളെലികൾ. ഒരെലിയെ കൂർത്തു നീണ്ട നഖങ്ങളിറുക്കി കടിച്ചു വലിക്കുന്ന വലിയൊരു കറുമ്പൻ പൂച്ച. അതിന്റെ തിളങ്ങുന്ന കൊലക്കണ്ണുകൾ. നഖങ്ങളിൽ നിന്നിറ്റിവീഴുന്ന വലിയ മൂന്നു ചോരത്തുള്ളികൾ.

എന്റെ ഉള്ളൊന്നു കാളി. ഈശ്വരാ അന്ധന്റെ കാഴ്ച പോലുള്ള ഉണ്ണിയുടെ ആ നോട്ടം!

സ്വയം രാഷ്ട്രത്തലവൻമാരായി അവരോധിച്ച രക്തദാഹികളായ മനോരോഗികളുടെ അധികാരഭ്രാന്തിൽ തുടച്ചു മാറ്റപ്പെട്ട നിസ്സഹായരായ ജനതകൾക്കു സമർപ്പിച്ച, ലോകത്തെ നടുക്കിയ നരമേധങ്ങളുടെ ചരിത്രപുസ്തകം. യൂദരും, ഗിനിപ്പന്നികളും ഹിരോഷിമയും നാഗസാക്കിയും ജാലിയൻവാലാബാഗും ഓഷ്വിറ്റ്സും, ടിയാനൻമെൻസ്ക്വയറും കൊളംബോയും ബംഗ്ലാദേശും വിയറ്റ്നാമും, ഹിറ്റ്ലറും സ്റ്റാലിനും പോൾപോട്ടും കൂട്ടബലാത്സംഗങ്ങളും ശിശുഹത്യകളും കൊള്ളയടികളും നിറഞ്ഞ ചരിത്രത്തിന്റെ ചോരവേദനിക്കുന്ന കനൽവഴികൾ. വെറുതെയൊന്ന് കണ്ണോടിച്ച് പിന്നെ വായിക്കാമെന്നുകരുതി മേശപ്പുറത്ത് അലക്ഷ്യമായിട്ടത് ബുദ്ധിമോശമായിപ്പോയി. ഇപ്പോൾ ഹൃദയം നിശ്ചലമാകുന്ന ആ പ്ലാസ്റ്റിക്ചിത്രത്തിൽ ഉണ്ണി മുഖം പൊത്തിക്കിടക്കുകയാണ്. നേരം വെളുത്താൽ അവനെ നല്ലൊരു സൈക്യാട്രിസ്റ്റിനെക്കാണിച്ചേ മുഖം

കൂടി കഴുകാവൂ. ലളിതയും അതുതന്നെയാണ് പറഞ്ഞത്.

രാത്രി, പൂച്ചയുടെ വല്ലാത്ത കരച്ചിലും ബഹളവും കേട്ടാണ് മനസ്സു വിട്ടൊരുറക്കത്തിൽനിന്ന് ഞാൻ എണീറ്റിരുന്നത്. ലളിതയും ഉണർന്നിരുന്ന് കണ്ണു തിരുമ്മുന്നു. ഞങ്ങൾക്കിടയിൽ ഉണ്ണിയില്ലായിരുന്നു! ഞങ്ങളുടെ കൈവലയിൽ നിന്ന് അവൻ പുറത്തു കടന്നത് ഉറക്കത്തിൽ അറിഞ്ഞില്ല. ഒന്നും മനസ്സിലാക്കാൻ ശ്രമിക്കാതെ വല്ലാത്തൊരു പരിഭ്രമത്തോടെ ലളിത പൂച്ചക്കരച്ചിലിലേക്കു കുതിച്ചു. ഞാനും തെല്ലു പതുങ്ങി അവളെ അനുഗമിച്ചു.

സ്റ്റോർ മുറിയിലെ ചളിപിടിച്ച മേശക്കടിയിൽ ഞങ്ങളുടെ ഓമനയായ സീസർ എന്ന പൂച്ചക്കുട്ടിയെ ഒരു കയറിൽ മേശക്കാലിൽ കെട്ടിയിരിക്കുന്നു. അടുത്ത് കുനിഞ്ഞിരുന്ന് തന്റെ കോമ്പസ്സുകൊണ്ട് അതിനെ ആഞ്ഞു കുത്തുകയാണ് ഉണ്ണി. അത് അവനുനേരെ നനഞ്ഞകണ്ണുകൾ തുറിച്ചു ചീറ്റുന്നുണ്ടെങ്കിലും ഉണ്ണി ക്രൂരമായ കണ്ണുകളോടെ അവന്റെ പ്രിയപ്പെട്ട സീസറിനെ കുത്തിമുറിക്കുകയാണ്.

"ഉണ്ണീ" -

ലളിത പെട്ടെന്ന് അടുത്തേക്ക് പാഞ്ഞുചെന്ന് അവനെ പിടിച്ചുവലിച്ചു. പിന്നെ മുഖമടച്ച് ഒന്നുകൊടുത്തു. എനിക്ക് ഒന്നിനുമായില്ല. പൂച്ചയെ ഒന്നുകൂടി തുറിച്ചു നോക്കി അവൻ കോമ്പസ്സ് വലിച്ചെറിഞ്ഞു. പിന്നെ തേങ്ങി ലളിതയുടെ സാരിയിലേക്കു പടർന്ന് മുഖം മറച്ചു. ലളിത അവനെ വാരിയെടുത്ത് കുനിഞ്ഞു കരയുന്ന മുഖത്ത് ഉമ്മവെക്കുമ്പോൾ ഞാനും പകച്ചു നിൽക്കുന്ന പൂച്ചക്കുട്ടിയും നിസ്സഹായതയോടെ പരസ്പരം വേദനിച്ചു നോക്കി.

മ്യാവൂ ഒടുവിൽ പൂച്ചക്കുട്ടി ഉവാച.

അതേ, മ്യാവൂ, ഞാൻ പ്രത്യുവാച.

*****

കൃഷ്ണപ്രിയ

നേരുപറഞ്ഞാൽ ഈ സന്ധ്യകളിലാണ് വേണുവെന്നൊരാൾ ജീവിച്ചിരിക്കുന്നതായിത്തോന്നുക എന്ന എന്റെ ജ്യേഷ്ഠസുഹൃത്ത് വേണുവേട്ടന്റെ വാക്കുകളിൽ നിന്നുതന്നെ ഞങ്ങളുടെ സായാഹ്ന നടത്തത്തിന്റെ പ്രാധാന്യം നിങ്ങൾക്കു മനസ്സിലായിക്കാണും. ആർട്ട്സ് കോളേജിന്റെ പുരാവസ്തു മതിലിനോടു ചേർന്നുള്ള ഇടവഴിയിലൂടെ മണൽപ്പരപ്പിലേക്ക്. പിന്നെ കടൽച്ചെരുവിലൂടെ, നനഞ്ഞ സൗഹൃദങ്ങളിലൂടെ ബോട്ടുജെട്ടിവരെ മൂന്നു കിലോമീറ്ററുകൾ.

ചിലപ്പോൾ ഞങ്ങൾ തകർന്ന കരിങ്കൽഭിത്തികൾ ഇടത്താവളങ്ങളാക്കി തെങ്ങുകൾ ചാരി കടലിലേക്കു നോക്കിയിരിക്കും. കടൽ നാണിച്ചു തുടുക്കുന്നു. കടലിന്റെ അവസാന ചുവപ്പുരാശി കൂടി കറുത്തു തുടങ്ങുമ്പോൾ അടയിരിക്കുന്ന ആകാശത്തിന്റെ ചിറകുകൾക്കുള്ളിൽ നിന്ന് നക്ഷത്രങ്ങൾ കടലിലേക്ക് ഒന്നൊന്നായി ഇറങ്ങിവരാൻ തുടങ്ങുമ്പോൾ സാക്ഷാത്ക്കരിക്കാതെപോയ പഴയൊരു പ്രണയച്ചില്ലെടുത്ത് ഞാനെന്നെത്തന്നെ കുത്തിമുറിക്കാൻ തുടങ്ങും.

സന്ധ്യകളിൽ ആരാണാവോ ഇത്രക്ക് വേദനയും വിഷാദവും നിറച്ചുവെച്ചിരിക്കുന്നത്.

നനഞ്ഞ മണലിലൂടെ നടക്കുമ്പോൾ ലോകത്ത് നടന്നതും നടക്കുന്നതും നടക്കാവുന്നതുമെല്ലാം ഒരു ഫ്രീലാൻസ് ജേർണലിസ്റ്റിന്റെ സ്വാതന്ത്ര്യത്തോടെ പറഞ്ഞുചിരിക്കാറുള്ള വേണുവേട്ടൻ ഇപ്പോൾ മൂകനായി എന്റെ വിരഹപ്രണയ ത്തിലേക്കു നോക്കി അറിയാതെയറിയാതെ കടലിൽ കൃതാർത്ഥനാകും. എത്രയെത്ര കറുത്തമ്മമാരെയും പരീക്കുട്ടിമാരെയും കരക്കെടുത്തെറിഞ്ഞിട്ടുണ്ട് ഞാൻ. എന്നിട്ടാണ് നിങ്ങളുടെയീ പുളിച്ച പ്രണയം എന്ന് കടൽ പല്ലിളിച്ച് പരിഹസിക്കുന്നു. സാധാരണ, വേണുവേട്ടന്റെ കേൾവിക്കാരനായ ഞാൻ കരിങ്കൽഭിത്തികളിലമരുമ്പോൾ സംസാരിക്കുന്ന രീതിയെക്കുറിച്ച് പിന്നീട് വേണുവേട്ടൻ ചിരിക്കാറുണ്ട്. മാനസമൈനേ......ഹ.....ഹ...ഹ...

കോൾസെന്ററുകളിൽ പെൺകുട്ടികളനുഭവിക്കുന്ന പീഡനങ്ങളെക്കുറിച്ച് താനെഴുതാൻ പോകുന്ന ഫീച്ചറിനെപ്പറ്റിയാണ് വേണുവേട്ടൻ ഇപ്പോൾ പറഞ്ഞുകൊണ്ടിരുന്നത്. പ്രസിദ്ധീകരിച്ച് അതിന്റെ ഫീഡ്ബാ

ക്ക് കിട്ടുന്നതുവരെ ഇനി അവനെന്നെ പീഡിപ്പിച്ചുകൊണ്ടിരിക്കും.

ഒരിക്കലും വിഷയങ്ങളവസാനിക്കാത്ത വേണുവേട്ടന്റെ ഇന്നലത്തെ വിഷയം അദ്ദേഹം വാഴാനിഡാമിൽ നിന്നെടുത്ത ഫോട്ടോകളായിരുന്നു. ഒരു ജേർണലിസ്റ്റിനേക്കാൾ വേണുവേട്ടനിലെ ഫോട്ടോഗ്രാഫറെയായിരുന്നു എനിക്കും ഇഷ്ടം. അവന്റെ ക്യാമറക്കണ്ണുകളിൽ ഓരോ പുൽക്കതിരിനും പൂവിനും പൂമ്പാറ്റക്കും സന്ധ്യക്കും കടലിനും എന്നുവേണ്ട സകലതിനും വല്ലാത്തൊരു കാവ്യഭംഗിയാണ്. സൂക്ഷ്മസൗന്ദര്യത്തിന്റെ കാവ്യഭംഗികൾ.

വേണുവേട്ടന്റെ ക്യാമറ ഒരു കവിയാണ്.

ഞാൻ പക്ഷേ, പുലർച്ചെ കണ്ട ഉള്ളുപൊള്ളിക്കുന്ന സ്വപ്നത്തിന്റെ ഹാങ്ഓവറിലായിരുന്നു. നഴ്സറിയിൽ തലചുറ്റി മരിച്ചുവീണ ഒരു നാലുവയസ്സുകാരി. അവളുടെ പൂക്കൂടപോലെയുള്ള നാലുവയസ്സായ ഗർഭപാത്രത്തിൽ ഒരു പാവക്കുട്ടി. അവളുടെ അതേ മുഖമുള്ള ഒരു സുന്ദരി പാവക്കുട്ടി. രമണി ഉണർത്തിയതിനാൽ മുറിഞ്ഞുപോയ സ്വപ്നത്തിന്റെ പൂർത്തീകരണത്തെ സങ്കല്പിച്ച് വേണുവിന്റെ വികാരജീവിയായ ഞാനെന്ന സുഹൃത്ത് കടലിന്റെ കുരുതി തർപ്പണം നോക്കി അസ്വസ്ഥനായി നടന്നു.

നടത്തത്തിനിടയിൽ ഞങ്ങൾ വല്ലപ്പോഴും കുറച്ചുനേരം സൊറ പറഞ്ഞിരിക്കാറുള്ള വിജനമായ കരിങ്കൽക്കൂട്ടങ്ങൾക്കപ്പുറത്ത് ചെറിയൊരാൾക്കൂട്ടം. പതിവില്ലാത്തതാണ്. വേണുവേട്ടനും ഞാനും അവിടെ എത്തിവലിഞ്ഞു. ആ ചെറുവൃത്തത്തിനുള്ളിൽ രാധ എന്ന പ്രാന്തത്തി കൈകൾ വിടർത്തി, തല ചെരിച്ചു വെച്ച് മലർന്നു മരിച്ചുകിടക്കുന്നു. തുറന്നിരുന്ന വായിൽ ഈച്ചകളാർക്കുന്നു. അവളുടെ പകുതി വെളിവായ ചുവന്ന തുടകളിലും മാറത്തും അവളുടെ മൂന്നുവയസ്സുകാരൻ മകനും കാഴ്ചക്കാരും തിരുപ്പിടിച്ച് ഇഴയുന്നു.

ഞാൻ വേണുവേട്ടന്റെ മുഖത്തേക്ക് തീരെ വിശ്വാസം വരാതെ നോക്കി.

കണ്ണന്റെ രാധ മരിച്ചിരിക്കുന്നു!
അവനെന്നെയും ഒന്നു നോക്കി.
അതേ, അവൾ പോയിരിക്കുന്നു.

ഞങ്ങളുടെ കടൽത്തീരസന്ധ്യകളിൽ ഇരുണ്ട കടൽഭിത്തികൾക്കിടയിൽ എന്നും കാണാറുള്ള ഒരു പ്രത്യക്ഷമാണ് രാധയും അവളുടെ കുട്ടിയും. ഞങ്ങൾ കാണുമ്പോഴെല്ലാം കടലിന്റെ കടലിലേക്കു നോക്കി അവൾ തുറിച്ചിരിക്കുകയായിരിക്കും. എല്ലാം കാണുന്ന അന്ധന്റെ വേരു

പിടിച്ച നോട്ടം. ഞങ്ങളുടെ കടലല്ല. അവൾ കാണുന്നതെന്ന് ആ നോട്ട ത്തിന്റെ ആഴത്തിൽ നിന്നറിയാം. എത്ര കണ്ണുകളുണ്ടോ അത്രയും കട ലുകളും ഉണ്ടായിരിക്കണം.

അടുത്തു മണൽവാരിക്കളിക്കുന്ന കുട്ടി ഇടക്കിടെ മണൽവാരൽ നിർ ത്തി, കരിങ്കൽഭിത്തി ചാരിയിരിക്കുന്ന അവളുടെ പിഞ്ഞിയ ജാക്കറ്റിനു പുറത്ത് തൂങ്ങിനിൽക്കുന്ന മുലകൾ മുട്ടുകുത്തിനിന്ന് ഈമ്പി വലിക്കും. വീണ്ടും മണൽവാരാൻ തുടങ്ങും. അവൾ ഇതൊന്നും അറിയാതെ, അ ല്ലെങ്കിൽ ശ്രദ്ധിക്കാതെ ഒരേയിരിപ്പു തന്നെ.

എനിക്കും വേണുവേട്ടനും ആദ്യമൊക്കെ അവൾ ഒരു തമാശയായി രുന്നു. പതിവു കടൽത്തീരക്കാഴ്ചകളിലൊന്ന്. കടലിലേക്കു മുഖം നോ ക്കുന്ന തെങ്ങുകളും അങ്ങിങ്ങു പൊളിഞ്ഞു തെറിച്ചു കിടക്കുന്ന വലി യ വലിയ കരിങ്കല്ലുകളും ചത്തമീൻകണ്ണുകളും കക്കകളും മണലിന്റെ അടിവയറ്റിലേക്കൂളിയിടുന്ന ഞണ്ടുകളും പോലെ ഇതും. വേലിയേറ്റ ത്തിൽ തീരം കോരിത്തരിച്ചു തുടുക്കുമ്പോഴും അവളുടെ അനങ്ങാപ്പാറ ഭാവമാണ് എന്നെ കൂടുതൽ വിസ്മയിപ്പിച്ചത്.

പിന്നെപ്പിന്നെ എങ്ങനെയോ ഞങ്ങൾക്കവളെ വെറുമൊരു ഭ്രാന്തി എ ന്ന നിലക്ക് അവഗണിക്കാൻ വയ്യാതായി. അതുവഴി പോകുന്ന വല്ല മു ക്കുവച്ചെക്കൻമാരും കമന്റുകൾ പാസാക്കുമ്പോൾ അവൾ വലിയ തുറി ച്ച കണ്ണുകൾ അപൂർവ്വമായി കടലിൽ നിന്നെടുത്തെറിയും. ആരും ഒന്നു പതറിപ്പോകുന്ന അവളുടെ കണ്ണുകളിലെ തിരയൊലിപ്പിൽ ചെക്കൻമാർ ക്കും പിന്നെ പിടിച്ചു നിൽക്കാനാകാതാവും.

ഞങ്ങളുടെ സന്ധ്യകൾ പലപ്പോഴും അവളിലേക്കു ചുരുങ്ങി വിക സിച്ചു. ചിലപ്പോൾ ഇളം നിലാവുള്ള രാത്രികളിൽ ബിയറിന്റെ തണു ത്ത ചമർപ്പിൽ ഞങ്ങളവളെ വെറുതെ സങ്കല്പിക്കാൻ തുടങ്ങും. പുക മഞ്ഞുപോലെ ഞരമ്പുകളിൽ ലഹരിക്കൊപ്പം അവളൊരു ബാധയായി പടരുന്നത് തടയാൻ മനഃപൂർവ്വം പലപ്പോഴും ശ്രമിച്ചെങ്കിലും 'അവൾ' എന്നൊരാശ്ചര്യചിന്ത ആദിരൂപത്തിന്റെ ഗോത്രമനസ്സുപോലെ ഒരു വി കൃത സൗന്ദര്യമായി, ചങ്കിൽത്തറച്ച മീൻമുള്ളുപോലെ വിറങ്ങലിച്ചു ദ ഹിക്കാതെ കിടന്നു.

അവൾ സംസാരിക്കുന്നതോ ചിരിക്കുന്നതോ കരയുന്നതോ വേണു വേട്ടനോ, ഞാനോ കണ്ടിട്ടില്ല. ഞങ്ങൾ കാണുമ്പോഴെല്ലാം അവൾ കട ലിനു കാവലിരിപ്പുതന്നെ. പക്ഷേ, വേണുവേട്ടൻ തന്റെ നിർഗ്ഗുണപര ബ്രഹ്മത്തെപ്പറ്റി ഞാനറിയാതെത്തന്നെ അന്വേഷിച്ചുകൊണ്ടിരുന്നുവെന്ന് പിന്നീട് അവൻ പറഞ്ഞപ്പോഴാണ് ഞാനറിയുന്നത്.

നിന്നെയൊന്നു വാ പൊളിപ്പിക്കാമെന്നു കരുതി. വേണുവേട്ടൻ പറഞ്ഞു.

എന്താ അന്വേഷണാത്മക തുടരൻ വല്ലതും ഒപ്പിക്കാൻ പ്ലാനുണ്ടോ?

അതിനവൻ പതിവുപോലെ ചിരിച്ചു.

വേണുവേട്ടൻ പറഞ്ഞ വിവരങ്ങൾ വെച്ച്, അരയിൽ ഇരുണ്ട ചരടുകളിൽ ഏലസ്സുകൾ ഞാത്തിയ കറുമ്പൻ കുട്ടികൾ അവളെ വിളിച്ചോടുന്നതു തന്നെയാണ് കാര്യമെന്നെനിക്കു തോന്നി. പ്രാന്തത്തിപ്പാത്തു! പക്ഷേ, അവളിലെ ദാർശനികത അവനവതരിപ്പിച്ച രീതി എന്നെ ഇരുത്തിച്ചിന്തിപ്പിക്കാതിരുന്നില്ല. പതിവുശൈലി വിട്ട് തന്റെ വിഷയത്തെ അതർഹിക്കുന്ന വൈകാരികതയോടെ അവതരിപ്പിക്കാൻ വേണുവേട്ടൻ ഇത്തവണ ശ്രദ്ധിച്ചിട്ടുണ്ട്.

വേണുവേട്ടന്റെ അന്വേഷണ റിപ്പോർട്ട്:

ആലങ്കോട് പഞ്ചായത്ത് ഉദിയനൂരിൽ താഴത്തു വളപ്പുവീട്ടിൽ കുഞ്ഞിലക്ഷ്മിയമ്മ മകൾ തങ്കമണി ഇരുപതാമത്തെ വയസ്സിലാണ് വീട്ടുകാരെയും, നാട്ടുകാരെയും ഞെട്ടിച്ചു ഗർഭിണിയായത്. നിറമൽപ്പം കുറവായിരുന്നെങ്കിലും നല്ല മുഖശ്രീയുള്ള കുട്ടിയായിരുന്നു തങ്കമണി. നിഴൽവട്ടം വിട്ടൊരു ചോടുവക്കാത്ത കുട്ടി എന്ന് മോമ്മതിക്കയുടെ ചായപ്പീടികത്തിണ്ണയിലെ പെർമനന്റ് ഉപഭോക്താക്കൾ ഒന്നടങ്കം സ്വഭാവസർട്ടിഫിക്കറ്റ് നൽകിയ തങ്കമണി അമ്പലത്തിലേക്കു പോകുന്ന സന്ധ്യകളിൽ മാത്രമേ വീടുവിട്ടു പുറത്തിറങ്ങിയിരുന്നുള്ളൂ. കൂട്ടുകാരികളെന്നു പറയാവുന്ന അടുത്ത വീടുകളിലെ ഗീതയും, സരസ്വതിയും അൽപസ്വൽപം ഫാഷനുകളിലും ഒളിഞ്ഞുനോട്ടങ്ങളിലും പരദൂഷണങ്ങളിലും ഉൾപ്പുളകിതകളായിരുന്നെങ്കിലും (സരസ്വതിക്ക് സ്വന്തമായി ഒരു സെൽഫോണുണ്ട്) അതിലൊന്നും ശ്രദ്ധിക്കാതെ ഒരു ഫാഷനുമില്ലാത്ത കൈനീണ്ട നീളൻകുപ്പായവും പാവാടയും ചന്ദനക്കുറിയും ലൈഫ്ബോയുടെ വാസനയുമായി മുതുകുകുനിച്ചു നടന്നുപോകുന്ന തങ്കമണി ഗർഭിണിയായത് ഉദിയനൂരിന് ശരാഘാതമായതിൽ അത്ഭുതമില്ല.

നാടുവീടാക്കിയ കുമ്മിണിത്തള്ളയാണ് ആ ബോംബ് ആദ്യമായി പൊട്ടിച്ചത്. ചിറക്കലെ കുളക്കടവിൽ തങ്കമണിയുടെ ചുവന്നുമിനുത്ത് അൽപം ഉന്തിയ അടിവയർ നോക്കി മൂക്കത്തു വിരൽവെച്ചു കുമ്മിണിത്തള്ള.

എന്റീശ്വരൻമാരേ, ചതിച്ചൂലോ–

പിന്നെ ഉദിയനൂർ മുഴുവൻ തങ്കമണി പരക്കാൻ അധികനേരമെടുത്തില്ല. ഗ്രാമത്തിന്റെ മുക്കിലും മൂലയിലും വരെ തങ്കമണിയും അവളുടെ വയറും വീർത്തു വീർത്തു വന്നു. പണം പലിശക്കു കൊടുക്കുന്ന ത

മിഴൻ ഞായറാഴ്ച്ചക്കാരൻ മുരുകന്റെ കൂടെ കിഴക്കേടത്തെ പ്രസീത ഒളിച്ചോടിയതിനു ശേഷം വീണ്ടും ഉദിനൂരിന്റെ ചായക്കോലായ സംവാദങ്ങൾ ചൂടും ചൂരും പിടിച്ചു.

കുമ്മിണിത്തള്ളയുടെ കണ്ടുപിടുത്തം സത്യമായിരുന്നു. തങ്കമണിയുടെ വയറ് ഒളിപ്പിക്കാനാവാത്തവിധം വീർത്തുരുണ്ടു വന്നു. വീട്ടുകാർ മൂന്നാംമുറയായി. തറവാടിന്റെ മാനം കെടുത്താൻ പിറന്ന കുരിപ്പിനെ കാരണവർ കേശുമാമൻ സാമാന്യം നല്ല രീതിയിൽത്തന്നെ വിചാരണ ചെയ്തു. മൂക്കിൻതുമ്പിൽ കോപമുള്ള എക്സ്മിലിട്രി ഉഗ്രഹരിപഞ്ചാനനൻ മൂക്കുകൊണ്ടുതന്നെ ക്ഷ വരച്ചു. ഫലം നാസ്തിയായതോടെ വീട്ടുകാരുടെ വാശിയും ഇരട്ടിച്ചു. മൂന്നാം മുറയും നാലാം മുറയും പിന്നെ അവർക്കറിയാവുന്ന മുറകളെല്ലാം പയറ്റിയെങ്കിലും മൂധേവി മാത്രം കമാ എന്നൊരക്ഷരം പറഞ്ഞില്ല.

ഒടുവിൽ ഭേദ്യംചെയ്യലിന്റെ നാലാംനാൾ കരച്ചിലും പിഴിച്ചിലും മതിയാക്കി തങ്കമണി രാവിലെ എണീറ്റു കുളിച്ചു. പ്രസന്നയായി. അവളുടെ ചിത്രവിചിത്രപെരുമാറ്റങ്ങളിൽ അന്തംവിട്ടുനിന്ന വീട്ടുകാരോടും, നാട്ടുകാരോടുമായി അവൾ പറഞ്ഞു. പറഞ്ഞു എന്നല്ല ഉറക്കെ പ്രഖ്യാപിച്ചു.

"എന്റെ കണ്ണന്റെ രാധയാണു ഞാൻ!"

പിന്നെ അതിനൊരു ഭാഷ്യവും: "കടലിന്റെ നിറമാണവൻ."

അവൾ അതേ അറിയുമായിരുന്നുള്ളൂ. കടലിന്റെ കറുപ്പാർന്ന നീലിമ, ആരവം, പ്രശാന്തത. അവളതേ ദർശിച്ചുള്ളൂ. ദർശനത്തിന്റെ കേവലയുക്തിയെ വെല്ലുന്ന നീലിച്ച കിനിവ് തന്നിലമരുന്നതേ അവളറിഞ്ഞിരുന്നുള്ളൂ.

നാട്ടുകാർ ആദ്യം തേവിടിച്ചിയെന്നും പിന്നെ പ്രാന്തത്തിയെന്നും വിളിച്ചുപദ്രവിച്ചുവെങ്കിലും ഒന്നുരണ്ടു മാസങ്ങൾക്കുള്ളിൽ തങ്കമണി ഉദിയനൂരിന്റെ പൊതുസ്വത്തായി.

പരിശുദ്ധയായ തങ്കമണി വെറുതെയിരുന്നില്ല. വീട്ടിൽ ഉമ്മറത്തെ സൈഡുമുറി അവൾ പ്രാണേശ്വരനായി ഒഴിച്ചിട്ടു. കുളിച്ച് പുതുവസ്ത്രങ്ങളുടുത്ത്, ചന്ദനക്കുറിതൊട്ട്, തുളസിക്കതിർ ചൂടി കണ്ണന്റെ പ്രതിമയിൽ കളഭവും മാലയും ചാർത്തി വിളക്കുവെച്ച് പൂക്കൾകൊണ്ട് പൂജിച്ചു. സുഗന്ധം പുകച്ചു. നാമസങ്കീർത്തനങ്ങളും രതിഭേദങ്ങളും കൊണ്ടവൾ അവനെ വശീകരിച്ചു.

കൃഷ്ണ കൃഷ്ണ മുകുന്ദാ ജനാർദ്ദന.
കൃഷ്ണഗോവിന്ദ നാരായണാഹരേ

അച്യുതാനന്ദ ഗോവിന്ദമാധവ
സച്ചിദാനന്ദ നാരായണാഹരേ!

അവൻ തന്റെ ദൈവികമായ ശംഖൂതി അവളിലേക്കു വന്നു. വൃന്ദാവനത്തിന്റെ അഭൗമഭംഗികളിലൂടെ മുരളീരവത്തിന്റെ പ്രണയകാളിന്ദി ഒഴുകിയൊഴുകിപ്പോയ ദിനരാത്രങ്ങൾ. നിത്യകാമുകിയുടെ ദാമ്പത്യം സ്വർഗ്ഗസുഗന്ധിയായിരുന്നു.

തന്നെ തങ്കമണി എന്നാക്ഷേപിക്കുന്നവരോട് അവൾക്ക് അടങ്ങാത്ത കലിയായിരുന്നു.

ഞാൻ രാധയാണ്, എന്റെ കണ്ണന്റെ രാധ.

വിരസമായ സ്ഥിതിവിവരങ്ങൾ വിട്ട് അവരുടെ ബന്ധത്തിലൂടെ കാവ്യാത്മകമായി ഒഴുകിയ വേണുവേട്ടന്റെ റിപ്പോർട്ടിൽ പിന്നെയൊരു നീണ്ടമൗനമാണ്. മൗനം വാചാല വായനക്കുള്ളതാണെന്ന് അദ്ദേഹം. അവൾ തന്റെ വാസം കടൽത്തീരത്താക്കിയതിനെക്കുറിച്ചു കാണുന്ന കോളൻ നമ്മോടു പറയുന്നതും ആ തമാലനീലിമയെക്കുറിച്ചു തന്നെയാണെന്നാണ് വേണുവേട്ടന്റെ ചിരി.

അങ്ങനെ അവൾ തന്റെ കാമുകന്റെ നിത്യസാമീപ്യത്തിനു കടൽത്തീരത്തിരുപ്പുറപ്പിച്ചു. അതോ അവനെത്തിരഞ്ഞു കാത്തിരിക്കയോ എന്ന സന്ദേഹത്തിലാണ് വേണുവേട്ടന്റെ അന്വേഷണ റിപ്പോർട്ട് അവസാനിക്കുന്നത്. ഇതുകൊണ്ടാണ് അവന്റെ ആധികാരികതയെപ്പറ്റി ഞാൻ ചിലപ്പോൾ സംശയാലുവാകുന്നത്. അവന്റെ ചിരിപോലെ പലപ്പോഴും കൂടുതൽ വലിയ കെണികളിലേക്കു നയിക്കപ്പെടാം എന്നൊരപകടവും ഇതിൽ പതിയിരിക്കുന്നുണ്ട്.

ഒരിക്കൽ കടൽത്തീരവാസികളിൽ നടത്തിയ ഒരന്വേഷണത്തിന്റെ വെളിച്ചത്തിൽ വേണുവേട്ടൻ ഒരു പ്രസ്താവന ഇറക്കിയപ്പോൾ അവന്റെ ഉപസംഹാരങ്ങളിൽ എനിക്കവനോട് പുച്ഛവും അവന്റെ അന്വേഷണങ്ങളോട് വെറുപ്പും തോന്നി. ഞാനതു കടുപ്പിച്ചു പറയുകയും ചെയ്തു.

'നമ്മുടെ രാധ രാത്രി ആളുപിശകാണെന്നാണ് കേട്ടത്.' വേണുവേട്ടൻ ചിരിച്ചുകൊണ്ട് പറഞ്ഞു. 'പതിനാറായിരത്തൊരുനൂറ്റെട്ട് കണ്ണൻമാർ.!"

അവളുടെ മുഖത്തു നോക്കി അങ്ങനെ പറയുന്നവരുടെ മനസ്സ് കരിങ്കല്ലുകൊണ്ടുണ്ടാക്കിയിട്ടുള്ളതാണെന്ന് ഞാൻ പ്രതിഷേധിച്ചപ്പോൾ മുഖം മനസ്സിന്റെ മറയാണെന്നറിയാൻ കൂട്ടാക്കാത്ത സെന്റിമെന്റൽ ഫൂളായ സുഹൃത്തിനുവേണ്ടി സഹതപിക്കുന്നു എന്ന് വേണുവേട്ടൻ വീ

ണ്ടും ഒരു ചിരിയെടുത്തെറിഞ്ഞു.

വേണുവേട്ടന്റെ പത്രക്കുസൃതികളിൽ നിന്ന് നമുക്കു തിരിച്ചു വരാം. കടൽത്തീരത്ത്, മണൽ നനവിൽ, ജനക്കൂട്ടത്തിനു നടുവിൽ കണ്ണന്റെ രാധ മുലയും തുടയും പുറത്തായി ചത്തുമലച്ചു കിടക്കുന്നു. അവൾക്കു മുകളിൽ ജീവിതവും മരണവുമറിയാത്ത മൂന്നുവയസ്സുകാരൻ അന്തം വിട്ടിഴയുന്നു. അവർക്കു ചുറ്റുമുള്ള ജനക്കൂട്ടം കനംകുറഞ്ഞു തുടങ്ങിയിരുന്നു. വേണുവേട്ടൻ പുറത്തുതട്ടിയപ്പോഴാണ് ബുദ്ധി തിരിഞ്ഞത്.

“ക്യാമറയെടുത്തിരുന്നെങ്കിൽ” -

വെറുതെ അവന്റെ മുഖത്തുനോക്കി ഒരു ക്യാമറയിലും പതിയാത്ത ചിലതുകളെപ്പറ്റിയോർത്ത് ഞാൻ നിശബ്ദനായി.

“എന്താ പോണ്ടേ?” വേണുവേട്ടൻ വീണ്ടും പറഞ്ഞപ്പോൾ ഒരു മന്ദബുദ്ധിയെപ്പോലെ ഞാനവന്റെ കണ്ണുകളിൽത്തറഞ്ഞു.

“രാധയെ ഇങ്ങനെ വിട്ട്”- ഞാൻ പറഞ്ഞു. “നമുക്കെന്തെങ്കിലും ചെയ്താലോ?”

വേണുവേട്ടൻ എന്റെ കൈ പിടിച്ചുവലിച്ച് ആൾക്കൂട്ടത്തിനു പിന്നിലേക്കു കൊണ്ടുപോയി.

“നിനക്കെന്താ ഭ്രാന്തുണ്ടോ?”

“അതല്ല, ആ കുട്ടി- ”

“എന്റെ കൃഷ്ണാ, താനിതെന്തുദ്ദേശിച്ചാ?” അവനെന്റെ താടിയുയർത്തി ആർദ്രമായി ചോദിച്ചു. “നമുക്കു വേണേൽ ആ ശവം എന്തെങ്കിലും ചെയ്യാം. പക്ഷേ, കുട്ടി- ഇത്രയൊക്കെ ചെയ്താലും പൊലീസ്, മറ്റു പൊല്ലാപ്പുകൾ. നാട്ടുകാരുടെ സംശയങ്ങൾ. അല്ലെങ്കിൽത്തന്നെ അവളെക്കുറിച്ച്-” വേണുവേട്ടൻ പകുതിയിൽ നിർത്തി മനസ്സിലായോ എന്നമട്ടിൽ എന്റെ മുഖത്തു തറപ്പിച്ചു പറഞ്ഞു. “ആ അതാണ് ഞാൻ പറഞ്ഞത് വെറുതെ വയ്യാവേലിക്കുനിക്കണ്ടാന്ന്. ഇതുപോലെ ഒന്നോ രണ്ടോ ആണോ? അതൊക്കെ മുനിസിപ്പാലിറ്റിക്കാരു നോക്കിക്കോളും വാ.”

ഒന്നുകൂടി തിരിഞ്ഞുനോക്കി വേണുവേട്ടന്റെ കൈപിടിച്ച് ഒരു ചെറിയ കുട്ടിയെപ്പോലെ ഞാൻ നടന്നു. രമണിപോലും ഇതറിഞ്ഞാൽ കുത്തിക്കുത്തി ഓരോന്നു ചോദിച്ച് ഉറക്കം കെടുത്തുകയേയുള്ളൂ. അവരുടെയൊക്കെ പ്രായോഗികതകൾക്കുമുന്നിൽ തനിക്കു പിടിച്ചു നിൽക്കാനാവില്ല. തന്റെ കടലല്ല അവരുടേത്. അങ്ങനെയൊക്കെ ആശ്വസിക്കാൻ ശ്രമിച്ചുവെങ്കിലും വീണ്ടും എവിടെയൊക്കെയോ എന്തൊക്കെയോ ആർത്തലച്ചുകൊണ്ടിരുന്നു.

സുരതവർദ്ധനം ശോകനാശനം
സ്വരിതവേണുനാ സുഷ്ഠു ചുംബിതം
ഇതരരാഗവിസ്മാരണം നൃണാം
വിതരവീര നസ്തേധരാമൃതം." *

ചിലപ്പോൾ ദേവീരൂപത്തിലും ചിലപ്പോൾ ഗോപീരൂപത്തിലും വിളയാടിയ, മഹാഭാഗവതത്തിൽ സ്ഥാനമില്ലാതെ നേരിട്ട് കണ്ണന്റെ ഹൃദയത്തിൽ ഇടം നേടിയ പാലിൽ വെളുപ്പുപോലെയും അഗ്നിയിൽ ദാഹകശക്തി പോലെയും ഒന്നായ രാധാമാധവ സാന്നിധ്യങ്ങളെ ഈ മലിനമനസ്സുകൾ എങ്ങനെയറിയാൻ! അൽപത്തം അറിവായ്ചമയുന്നവരോട് രാധാകൃഷ്ണാ പൊറുക്കേണമേ.

രാത്രി പൂജാമുറിയിൽ രാധാകൃഷ്ണ വിഗ്രഹത്തിനു മുന്നിൽ വിളക്കുവെച്ച്, ചന്ദനത്തിരി കത്തിച്ച് കുറച്ചുനേരം കൈകൂപ്പി കണ്ണടച്ചിരുന്നു.

"എന്താ നന്ദേട്ടാ പതിവില്ലാതെ ഈ നേരത്തൊരു പൂജ. ഇതെന്തു പറ്റി?" പൂജാമുറിയുടെ കർട്ടൻ മാറ്റി രമണി ആശ്ചര്യപ്പെട്ടു.

"ഒരാൾക്കു വേണ്ടി ഒന്നു പ്രാർത്ഥിച്ചതാ". രമണിയുടെ വിസ്മയങ്ങൾക്കു ചെവികൊടുക്കാതെ ഞാൻ ആർക്കു വേണ്ടിയോ മനഃമുരുകി പ്രാർത്ഥിച്ചു.

ഇപ്പോൾ വ്യാകുലതകളെല്ലാം ഒഴിഞ്ഞ് മനസ്സ് ഒരപ്പൂപ്പൻ താടി പോലെ.....

*****

**ആ അധരചുംബനം ഒന്ന് ഒരിക്കൽ ലഭിച്ചാൽ! അങ്ങയുടെ ഒരു ചുംബനം ലഭിച്ചവന്റെ ദാഹം. അങ്ങേയ്ക്കു വേണ്ടിയുള്ള ദാഹം കത്തിക്കാളുന്നു. ദുഃഖങ്ങളെല്ലാം ഓടി മറയുന്നു. മറ്റെല്ലാറ്റിനും വേണ്ടിയുള്ള കൊതി മാഞ്ഞു പോകുന്നു. അങ്ങയെ, അങ്ങയെ മാത്രമേ പിന്നെ പ്രേമിക്കൂ. (ഭാഗവതം)*

www.ingramcontent.com/pod-product-compliance
Lightning Source LLC
LaVergne TN
LVHW060145051026
849517LV00007B/2567
9789394472402